2022 EKTA KÍNVERSKUR MATUR

LJÓSMÆR UPPSKRIFT ÚR HEFÐI

HANNA ZHANG

Efnisyfirlit

Kjúklingur með beikoni *10*
Kjúklingur og banani franskar *11*
Kjúklingur með engifer og sveppum *12*
kjúklingur og skinka *14*
Grillaðar kjúklingalifur *15*
Krabbakúlur með vatnskastaníu *16*
dim sum *17*
Skinku og kjúklingarúllur *18*
Brennt skinku snúningur *19*
Gervireyktur fiskur *20*
fylltir sveppir *22*
Sveppir með ostrusósu *23*
Svínakjöt og salatrúllur *24*
Svínakjöt og kastaníu kjötbollur *26*
svínakjötsbollur *27*
Rækjur með lychee sósu *29*
Steiktar rækjur með mandarínu *31*
Rækjur með Mangetout *32*
Rækjur með kínverskum sveppum *34*
Rækjur og ertur hrærið *35*
Rækjur með Mango Chutney *36*
Kamerún til Peking *38*
Rækjur með papriku *39*
Steiktar rækjur með svínakjöti *40*
Steiktar rækjur með sherry sósu *42*
Steiktar rækjur með sesam *44*
Rækjur steiktar í skelinni *45*
steiktar rækjur *46*
Rækjur Tempura *47*
Gúmmí *48*
Rækjur með Tofu *50*
Rækjur með tómötum *51*

Rækjur með tómatsósu 52
Rækjur með tómötum og chilesósu 53
Steiktar rækjur með tómatsósu 54
Rækjur með grænmeti 56
Rækjur með vatnskastaníu 57
rækju wontons 58
Abalone með kjúklingi 59
abalone með aspas 60
Abalone með sveppum 62
Abalone með ostrusósu 62
gufusoðið sjávarfang 63
Samloka með baunaspírum 65
Samloka með engifer og hvítlauk 66
steiktar samlokur 67
krabbakökur 68
krabbakrem 69
Kínverskt púst krabbakjöt 70
Foo Yung krabbi með baunaspírum 71
Krabbi með engifer 72
Lo Mein krabbi 73
Hrærður krabbi með svínakjöti 75
Steikt krabbakjöt 76
steiktar smokkfiskkúlur 76
Kantónskur humar 77
steiktur humar 79
Gufusoðinn humar með skinku 80
Humar með sveppum 81
Humarhalar með svínakjöti 82
steiktur humar 84
humarhreiður 85
Kræklingur í svartbaunasósu 86
Kræklingur með engifer 86
gufusoðinn kræklingur 88
steiktar ostrur 88
ostrur með beikoni 89
Steiktar ostrur með engifer 90

4

Ostrur með svartbaunasósu 91
Hörpuskel með bambussprotum 92
hörpuskel með eggi 94
hörpuskel með brokkolí 95
Hörpuskel með engifer 97
Hörpuskel með skinku 98
Hrærð egg með hörpuskel og kryddjurtum 99
Hörpuskel og steiktur laukur 100
Hörpuskel með grænmeti 101
Hörpuskel með papriku 103
Smokkfiskur með baunaspírum 104
steiktur smokkfiskur 105
smokkfiskpakkar 106
steiktar smokkfiskrúllur 108
Steiktur smokkfiskur 110
Smokkfiskur með þurrkuðum sveppum 111
Smokkfiskur með grænmeti 112
Soðið kjöt með anísfræi 113
Kalfakjöt með aspas 114
Kjöt með bambussprotum 116
Kjöt með bambussprotum og sveppum 117
Kínverskt roastbeef 119
Baunaspíra kjöt 119
Nautakjöt Með Spergilkál 121
Kjöt með sesamfræjum og brokkolí 122
Roast beef 124
Kantónskt nautakjöt 125
Kalfakjöt með gulrótum 126
Kjöt með kasjúhnetum 127
Slow cooker kjötpottréttur 128
Kjöt með blómkáli 129
Kalfakjöt með selleri 130
Steiktar kjötsneiðar með selleri 130
Rift nautakjöt með kjúklingi og selleri 131
Nautakjöt með Chile 134
Kjöt með kínakáli 136

Nautakjöt Suey 137
Kalfakjöt með gúrku 139
Beef Chow Mein 140
gúrkuflök 142
roastbeef karrý 143
Skinku og kastaníueggjakaka 145
eggjakaka með humri 146
ostruseggjakaka 147
rækjueggjakaka 148
Eggjakaka með hörpuskel 149
Eggjakaka með Tofu 150
Fyllt svínatortilla 151
Rækjufyllt tortilla 152
Gufusoðnar Tortilla rúllur með kjúklingafyllingu 153
ostrupönnukökur 154
rækjupönnukökur 155
Kínversk eggjahræra 156
Hrærð egg með fiski 157
Hrærð egg með sveppum 158
Hrærð egg með ostrusósu 159
Hrærð egg með svínakjöti 160
Eggjahræra með svínakjöti og rækjum 161
Eggjahræra með spínati 162
Hrærð egg með graslauk 163
Hrærð egg með tómötum 164
Hrærð egg með grænmeti 165
Souffle Of Chicken 166
krabbasúffla 167
Krabbi og engifer sóuffle 168
Souffle Of Fish 169
Rækjusúffla 170
Rækjusúffla með baunaspírum 171
Souffle af grænmeti 172
Egg Foo Yung 172
Steikt egg Foo Yung 173
Crab Foo Yung með sveppum 174

Foo Yung skinkuegg 175
Steikt svínakjöt Egg Foo Yung 176
Svínaegg og rækjur Foo Yung 177
hvít hrísgrjón 178
soðin brún hrísgrjón 179
Hrísgrjón með kjöti 179
Kjúklingalifur hrísgrjón 180
Hrísgrjón með kjúklingi og sveppum 181
Kókos hrísgrjón 182
Hrísgrjón með krabbakjöti 183
Hrísgrjón með baunum 184
hrísgrjón með pipar 185
Hrísgrjón með soðnu eggi 186
Hrísgrjón í Singapore-stíl 187
Slow Boat Rice 188
gufusoðin hrísgrjón 189
Steikt hrísgrjón 190
steikt hrísgrjón með möndlum 191
Steikt hrísgrjón með beikoni og eggi 192
Steikt hrísgrjón með kjöti 193
Steikt hrísgrjón með hakki 194
Steikt hrísgrjón með kjöti og lauk 195
kjúklingur hrísgrjón 196
Öndsteikt hrísgrjón 197
skinku hrísgrjón 198
Hrísgrjón með skinku með soði 199
svínakjöt steikt hrísgrjón 199
Steikt hrísgrjón af svínakjöti og rækjum 201
Steikt hrísgrjón með rækjum 202
steikt hrísgrjón og baunir 203
Lax steikt hrísgrjón 204
Sérstök steikt hrísgrjón 205
Tíu dýrmæt hrísgrjón 206
Steikt túnfisk hrísgrjón 207
soðnar eggjanúðlur 208
gufusoðnar eggjanúðlur 209

ristaðar núðlur *210*
steiktar núðlur *211*
Steiktar mjúkar núðlur *212*
steiktar núðlur *213*
kaldar núðlur *214*
núðlukörfur *215*
makkarónupönnukaka *216*

Kjúklingur með beikoni

fyrir 4 manns

225 g / 8 oz kjúklingur, mjög þunnar sneiðar

75 ml / 5 matskeiðar af sojasósu

15 ml / 1 matskeið hrísgrjónavín eða þurrt sherry

1 pressaður hvítlauksgeiri

15 ml / 1 matskeið púðursykur

5 ml / 1 teskeið af salti

5 ml / 1 tsk hakkað engiferrót

225 g / 8 oz magurt beikon, skorið í teninga

100 g / 4 oz vatnskastanía, mjög þunnar sneiðar

30 ml / 2 matskeiðar af hunangi

Setjið kjúklinginn í skál. Blandið 45 ml / 3 msk af sojasósu saman við vínið eða sherryið, hvítlauk, sykur, salt og engifer, hellið yfir kjúklinginn og látið marinerast í um 3 klukkustundir. Settu kjúklinginn, beikonið og kastaníuna á kebabspjót. Blandið afganginum af sojasósunni saman við hunangið og dreifið yfir kebab. Grillið (steikið) á heitu grilli í um það bil 10 mínútur þar til þær eru eldaðar, snúið oft og penslið með meiri gljáa þegar þær eru eldaðar.

Kjúklingur og banani franskar

fyrir 4 manns

2 soðnar kjúklingabringur

2 stífir bananar

6 brauðsneiðar

4 egg

120 ml / 4 fl oz / ¬Ω bolli mjólk

50 g / 2 oz / ¬Ω bolli alhliða hveiti

225 g / 8 oz / 4 bollar ferskt brauðrasp

steikingarolíu

Skerið kjúklinginn í 24 bita. Afhýðið bananana og skerið þá í fernt eftir endilöngu. Skerið hvern fjórðung í þriðju til að búa til 24 stykki. Skerið skorpuna af brauðinu og skerið það í fernt. Þeytið eggin og mjólkina og dreifið á aðra hliðina á brauðinu. Setjið kjúklingabita og bananastykki á egghúðaða hlið hvers brauðs. Dýfðu ferningum létt í hveiti, dýfðu síðan í egg og rúllaðu í brauðrasp. Dýfðu aftur eggi og brauðrasp. Hitið olíuna og steikið nokkra ferninga í einu þar til þær eru gullnar. Tæmið á eldhúspappír áður en það er borið fram.

Kjúklingur með engifer og sveppum

fyrir 4 manns

225 g kjúklingabringur

5 ml / 1 tsk fimm krydd duft

15 ml / 1 matskeið alhliða hveiti

120 ml / 4 fl oz / ¬Ω bolli hnetuolía (hnetu)

4 skalottlaukar, skornir í tvennt

1 hvítlauksgeiri, skorinn í sneiðar

1 sneið af engiferrót, saxuð

25 g / 1 oz / ¬° bolli kasjúhnetur

5 ml / 1 teskeið af hunangi

15 ml / 1 matskeið hrísgrjónamjöl

75 ml / 5 msk hrísgrjónavín eða þurrt sherry

100 g / 4 oz sveppir, skornir í fjórða

2,5 ml / ¬Ω teskeið túrmerik

6 gular paprikur, helmingaðar

5 ml / 1 tsk sojasósa

¬Ω sítrónusafi

salt og pipar

4 stökk salatblöð

Skerið kjúklingabringurnar á ská meðfram korninu í þunnar ræmur. Stráið fimm krydddufti yfir og hjúpið létt með hveiti. Hitið 15 ml / 1 msk af olíu og steikið kjúklinginn þar til hann er gullinbrúnn. Takið úr ísskápnum. Hitið aðeins meiri olíu og steikið skalottlaukur, hvítlauk, engifer og kasjúhnetur í 1 mínútu. Bætið hunanginu út í og hrærið þar til grænmetið er húðað. Stráið hveiti yfir og bætið við víni eða sherry. Bætið sveppunum, túrmerikinu og piparnum út í og eldið í 1 mínútu. Bætið kjúklingnum, sojasósunni, helmingnum af sítrónusafanum, salti og pipar út í og hitið í gegn. Takið af pönnunni og haldið heitu. Hitið aðeins meiri olíu, bætið salatblöðunum út í og steikið hratt, kryddið með salti og pipar og afganginum af limesafa.

13

kjúklingur og skinka

fyrir 4 manns

225 g / 8 oz kjúklingur, mjög þunnar sneiðar

75 ml / 5 matskeiðar af sojasósu

15 ml / 1 matskeið hrísgrjónavín eða þurrt sherry

15 ml / 1 matskeið púðursykur

5 ml / 1 tsk hakkað engiferrót

1 pressaður hvítlauksgeiri

225 g/8 oz soðin skinka, í teningum

30 ml / 2 matskeiðar af hunangi

Setjið kjúkling í skál með 45 ml / 3 msk sojasósu, víni eða
sherry, sykri, engifer og hvítlauk. Látið marinerast í 3 klst.
Þræðið kjúklinginn og skinkuna á kebabspjótina. Blandið
afganginum af sojasósunni saman við hunangið og dreifið yfir
kebab. Grillið (bakið) á heitu grilli í um það bil 10 mínútur, snúið
oft og penslið með gljáa meðan þær eldast.

Grillaðar kjúklingalifur

fyrir 4 manns

450 g / 1 pund kjúklingalifur

45 ml / 3 matskeiðar af sojasósu

15 ml / 1 matskeið hrísgrjónavín eða þurrt sherry

15 ml / 1 matskeið púðursykur

5 ml / 1 teskeið af salti

5 ml / 1 tsk hakkað engiferrót

1 pressaður hvítlauksgeiri

Sjóðið kjúklingalifur í sjóðandi vatni í 2 mínútur og látið renna vel af. Setjið í skál með öllu sem eftir er af hráefninu nema olíu og látið marinerast í um 3 klukkustundir. Þræðið kjúklingalifur á kebabspjót og grillið (steikt) á heitu grilli í um 8 mínútur þar til þær eru gullinbrúnar.

Krabbakúlur með vatnskastaníu

fyrir 4 manns

450 g / 1 pund krabbakjöt, hakkað

100 g / 4 oz vatnskastanía, saxaðar

1 pressaður hvítlauksgeiri

1 cm/¬Ω engiferrót, skorin í sneiðar, hakkað

45 ml / 3 msk maísmjöl (maissterkja)

30 ml / 2 msk sojasósa

15 ml / 1 matskeið hrísgrjónavín eða þurrt sherry

5 ml / 1 teskeið af salti

5 ml / 1 teskeið af sykri

3 þeytt egg

steikingarolíu

Blandið öllu hráefninu, nema olíunni, saman og myndið kúlur. Hitið olíuna og steikið krabbakúlurnar þar til þær eru gullnar. Tæmið vel áður en borið er fram.

dim sum

fyrir 4 manns

100 g / 4 oz afhýddar rækjur, saxaðar

225 g / 8 oz magurt svínakjöt, smátt saxað

50 g / 2 oz bok choy, smátt saxað

3 graslaukur (laukur), saxaður

1 hrært egg

30 ml / 2 msk maísmjöl (maissterkja)

10 ml / 2 teskeiðar af sojasósu

5 ml / 1 tsk sesamolía

5 ml / 1 tsk ostrusósa

24 wonton skinn

steikingarolíu

Blandið saman rækjunni, svínakjöti, káli og graslauk. Blandið saman eggi, maísmjöli, sojasósu, sesamolíu og ostrusósu. Hellið blöndunni í miðju hverrar wontonhúð. Þrýstu umbúðunum varlega utan um fyllinguna, tengdu brúnirnar saman en skildu toppinn eftir opinn. Hitið olíuna og steikið dim sums nokkrar í einu þar til þær eru gullnar. Tæmið vel og berið fram heitt.

Skinku og kjúklingarúllur

fyrir 4 manns

2 kjúklingabringur

1 pressaður hvítlauksgeiri

2,5 ml / ¬Ω teskeið salt

2,5 ml / ¬Ω teskeið fimm krydd duft

4 sneiðar af soðinni skinku

1 hrært egg

30 ml / 2 matskeiðar af mjólk

25 g / 1 oz / ¬° bolli alhliða hveiti

4 eggjarúlluskeljar

steikingarolíu

Skerið kjúklingabringurnar í tvennt. Malið þær þar til þær eru
mjög þunnar. Blandið hvítlauknum, salti og fimm krydddufti
saman og stráið yfir kjúklinginn. Leggið skinkusneið ofan á
hvern kjúklingabita og rúllið þétt upp. Blandið egginu og
mjólkinni saman. Hjúpaðu kjúklingabitana létt í hveiti og dýfðu
þeim í eggjablönduna. Leggið hvern bita á húðina á eggjarúllu og
penslið brúnirnar með þeyttu eggi. Brjótið hliðarnar og rúllið,
klípið í brúnirnar til að loka. Hitið olíuna og steikið bollurnar í
um 5 mínútur þar til þær eru gullnar og eldaðar. Tæmið á
eldhúspappír og skerið í þykkar sneiðar á ská til að bera fram.

Brennt skinku snúningur

fyrir 4 manns

350 g / 12 oz / 3 bollar alhliða hveiti

175 g / 6 oz / ¬æ bolli smjör

120 ml / 4 fl oz / ¬Ω bolli af vatni

225 g / 8 oz af söxuðu skinku

100g / 4oz bambussprotar, saxaðir

2 graslaukur (laukur), saxaður

15 ml / 1 matskeið sojasósa

30 ml / 2 msk sesamfræ

Setjið hveitið í skál og nuddið því í smjörið. Blandið saman við vatn til að mynda deig. Fletjið deigið út og skerið í 5/2 cm hringi, blandið öllum hráefnunum sem eftir eru nema sesamfræin saman og setjið matskeið í hvern hring. Penslið brúnirnar á deiginu með vatni og lokaðu. Penslið að utan með vatni og stráið sesamfræjum yfir. Bakið í forhituðum ofni við 180 C / 350 F / gasmark 4 í 30 mínútur.

Gervireyktur fiskur

fyrir 4 manns

1 sjóbirtingur

3 sneiðar af engiferrót, sneiðar

1 pressaður hvítlauksgeiri

1 graslaukur (laukur), þykkt skorinn

75 ml / 5 matskeiðar af sojasósu

30 ml / 2 msk hrísgrjónavín eða þurrt sherry

2,5 ml / ¬Ω teskeið malað anísfræ

2,5 ml / ¬Ω teskeið sesamolía

10 ml / 2 tsk af sykri

120 ml / 4 fl oz / ¬Ω bolli seyði

steikingarolíu

5 ml / 1 tsk maísmjöl (maissterkja)

Skerið fiskinn og skerið hann í 5 mm (¬° tommu) sneiðar á móti trefjunum. Blandið saman engifer, hvítlauk, graslauk, 60 ml/4 msk sojasósu, sherry, anís og sesamolíu. Hellið yfir fiskinn og blandið varlega saman við. Látið standa í 2 tíma, snúið öðru hverju.

Tæmið marineringuna á pönnu og þurrkið fiskinn á eldhúspappír.

Bætið sykrinum, soðinu og afganginum af sojasósunni út í marineringuna, látið suðuna koma upp og látið malla í 1 mínútu. Ef þú þarft að þykkja sósuna skaltu blanda maíssterkjunni saman við smá köldu vatni, hræra sósunni út í og elda, hrært, þar til sósan þykknar.

Hitið olíuna á meðan og steikið fiskinn þar til hann er gullinn. Þurrkaðu vel. Dýfið fiskbitunum ofan í marineringuna og setjið á heitan disk. Berið fram heitt eða kalt.

fylltir sveppir

fyrir 4 manns

12 stórir húfur af þurrkuðum sveppum

225 g / 8 oz krabbakjöt

3 vatnskastaníur, saxaðar

2 rauðlaukur (skál), smátt saxaður

1 eggjahvíta

15 ml / 1 matskeið maísmjöl (maissterkja)

15 ml / 1 matskeið sojasósa

15 ml / 1 matskeið hrísgrjónavín eða þurrt sherry

Leggið sveppina í bleyti í volgu vatni yfir nótt. Þurrkaðu.
Blandið saman restinni af hráefnunum og notið til að troða
sveppahettunum. Setjið á grill og látið gufa í 40 mínútur. Berið
fram heitt.

Sveppir með ostrusósu

fyrir 4 manns

10 þurrkaðir kínverskir sveppir
250 ml / 8 fl oz / 1 bolli nautakraftur
15 ml / 1 matskeið maísmjöl (maissterkja)
30 ml / 2 matskeiðar ostrusósa
5 ml / 1 tsk hrísgrjónavín eða þurrt sherry

Leggðu sveppi í bleyti í volgu vatni í 30 mínútur, tæmdu síðan, geymdu 250 ml / 8 fl oz / 1 bolla af vökva í bleyti. Fleygðu stilkunum. Blandið 60 ml/4 matskeiðum af nautakrafti saman við maísmjölið þar til þú færð mauk. Hitið afganginn af nautakraftinum ásamt sveppunum og sveppavökvanum að suðu, lokið á og látið malla í 20 mínútur. Takið sveppina úr vökvanum með sleif og setjið þá á heitan disk. Bætið ostrusósunni og sherryinu á pönnuna og eldið, hrærið í, í 2 mínútur. Bætið maísmjölsmaukinu út í og eldið við vægan hita, hrærið þar til sósan þykknar. Hellið sveppunum yfir og berið fram strax.

Svínakjöt og salatrúllur

fyrir 4 manns

4 þurrkaðir kínverskir sveppir

15 ml / 1 matskeið hnetuolía

225 g / 8 oz magurt svínakjöt, hakkað

100g / 4oz bambussprotar, saxaðir

100 g / 4 oz vatnskastanía, saxaðar

4 graslaukur (laukur), saxaður

175 g / 6 oz krabbakjöt, í flögum

30 ml / 2 msk hrísgrjónavín eða þurrt sherry

15 ml / 1 matskeið sojasósa

10 ml / 2 tsk ostrusósa

10 ml / 2 tsk sesamolía

9 kínversk laufblöð

Leggið sveppina í bleyti í volgu vatni í 30 mínútur og tæmdu síðan. Fargið stilkunum og saxið toppana. Hitið olíuna og steikið svínakjötið í 5 mínútur. Bætið sveppunum, bambussprotunum, vatnskastanunum, lauknum og krabbakjöti út í og steikið í 2 mínútur. Blandið víninu eða sherríinu, sojasósu, ostrusósu og sesamolíu saman og hrærið á pönnunni. Takið úr eldi. Á meðan, blanchið kínversku laufin í sjóðandi vatni í 1 mínútu og skolið af.

Setjið svínakjötsblönduna með skeið í miðju hvers blaðs, brjótið hliðunum saman og rúllið upp til að bera fram.

Svínakjöt og kastaníu kjötbollur

fyrir 4 manns

450 g / 1 pund af svínahakki (malað)

50 g / 2 oz sveppir, smátt saxaðir

50 g / 2 oz vatnskastaníur, smátt saxaðar

1 pressaður hvítlauksgeiri

1 hrært egg

30 ml / 2 msk sojasósa

15 ml / 1 matskeið hrísgrjónavín eða þurrt sherry

5 ml / 1 tsk hakkað engiferrót

5 ml / 1 teskeið af sykri

salt

30 ml / 2 msk maísmjöl (maissterkja)

steikingarolíu

Blandið öllu hráefninu nema maísmjölinu saman og myndið kúlur með blöndunni. Rúllaðu í maísmjöl. Hitið olíuna og steikið kjötbollurnar í um 10 mínútur þar til þær eru gullnar. Tæmið vel áður en borið er fram.

svínakjötsbollur

fyrir 4 manns

450 g / 1 pund alhliða hveiti

500 ml / 17 fl oz / 2 bollar af vatni

450 g / 1 lb soðið svínakjöt, hakkað

225 g / 8 oz afhýddar rækjur, saxaðar

4 sellerístilkar, saxaðir

15 ml / 1 matskeið sojasósa

15 ml / 1 matskeið hrísgrjónavín eða þurrt sherry

15 ml / 1 matskeið sesamolía

5 ml / 1 teskeið af salti

2 rauðlaukur (skál), smátt saxaður

2 hvítlauksrif, söxuð

1 sneið af engiferrót, saxuð

Blandið hveiti og vatni saman þar til þú færð slétt deig og hnoðið vel. Lokið og látið hvíla í 10 mínútur. Fletjið deigið út eins þunnt og hægt er og skerið í 5/2 cm hringi, blandið öllu hráefninu sem eftir er saman. Helltu blöndunni í hvern hring, vættu brúnirnar og lokaðu í hálfhring. Látið suðu koma upp í potti með vatni og hellið svo kjötbollunum varlega út í vatnið. Þegar kjötbollurnar lyftast, bætið þá við 150 ml / ¬°pt / ¬æ bolla af köldu vatni og láttu vatnið sjóða aftur. Þegar kjötbollurnar lyftast aftur eru þær soðnar.

Rækjur með lychee sósu

fyrir 4 manns

50 g / 2 oz / ¬Ω stakur bolli (allur tilgangur)
hveiti

2,5 ml / ¬Ω teskeið salt

1 egg, létt þeytt

30 ml / 2 matskeiðar af vatni

450 g / 1 pund afhýddar rækjur

steikingarolíu

30 ml / 2 matskeiðar hnetuolía

2 sneiðar af engiferrót, saxaðar

30 ml / 2 matskeiðar vínedik

5 ml / 1 teskeið af sykri

2,5 ml / ¬Ω teskeið salt

15 ml / 1 matskeið sojasósa

200g / 7oz niðursoðinn litchi, tæmd

Blandið saman hveiti, salti, eggi og vatni til að búa til deig, bætið við aðeins meira vatni ef þarf. Blandið saman við rækjur þar til þær eru vel húðaðar. Hitið olíuna og steikið rækjurnar í nokkrar mínútur þar til þær verða stökkar og gullnar. Tæmið á eldhúspappír og setjið á heitan disk. Hitið olíuna á meðan og steikið engiferinn í 1 mínútu. Bætið við vínediki, sykri, salti og sojasósu. Bætið lychees út í og hrærið þar til það er heitt og þakið sósunni. Hellið yfir rækjur og berið fram strax.

Steiktar rækjur með mandarínu

fyrir 4 manns

60 ml / 4 matskeiðar af hnetuolíu

1 pressaður hvítlauksgeiri

1 sneið af engiferrót, saxuð

450 g / 1 pund afhýddar rækjur

30 ml / 2 msk hrísgrjónavín eða þurrt sherry 30 ml / 2 msk

sojasósa

15 ml / 1 matskeið maísmjöl (maíssterkja)

45 ml / 3 matskeiðar af vatni

Hitið olíuna og steikið hvítlaukinn og engiferið þar til það er léttbrúnað. Bætið rækjunni út í og steikið í 1 mínútu. Bætið víninu eða sherryinu út í og hrærið vel. Bætið sojasósu, maíssterkju og vatni út í og steikið í 2 mínútur.

Rækjur með Mangetout

fyrir 4 manns

5 þurrkaðir kínverskir sveppir

225 g / 8 oz baunaspírur

60 ml / 4 matskeiðar af hnetuolíu

5 ml / 1 teskeið af salti

2 sellerístilkar, saxaðir

4 graslaukur (laukur), saxaður

2 hvítlauksrif, söxuð

2 sneiðar af engiferrót, saxaðar

60 ml / 4 matskeiðar af vatni

15 ml / 1 matskeið sojasósa

15 ml / 1 matskeið hrísgrjónavín eða þurrt sherry

225 g / 8 aura sykurbaunir

225 g / 8 aura afhýddar rækjur

15 ml / 1 matskeið maísmjöl (maissterkja)

Leggið sveppina í bleyti í volgu vatni í 30 mínútur og tæmdu síðan. Fargið stilkunum og skerið toppana af. Blasaðu baunaspírurnar í sjóðandi vatni í 5 mínútur og skolaðu vel af. Hitið helminginn af olíunni og steikið salt, sellerí, skalottlauka og baunaspíra í 1 mínútu og takið síðan af pönnunni. Hitið afganginn af olíunni og steikið hvítlaukinn og engiferið þar til það er léttbrúnað. Bætið við helmingnum af vatni, sojasósu, víni eða sherry, ertum og rækjum, látið suðuna koma upp og sjóðið í 3 mínútur. Blandið maísmjölinu og afganginum af vatni saman í deig, hrærið í pönnunni og eldið, hrærið, þar til sósan þykknar. Setjið grænmetið aftur á pönnuna, eldið þar til það er hitað í gegn. Berið fram í einu.

Rækjur með kínverskum sveppum

fyrir 4 manns

8 þurrkaðir kínverskir sveppir

45 ml / 3 matskeiðar af hnetu (hnetu) olíu

3 sneiðar af engiferrót, saxaðar

450 g / 1 pund afhýddar rækjur

15 ml / 1 matskeið sojasósa

5 ml / 1 teskeið af salti

60 ml / 4 msk fiskikraftur

Leggið sveppina í bleyti í volgu vatni í 30 mínútur og tæmdu síðan. Fargið stilkunum og skerið toppana af. Hitið helminginn af olíunni og steikið engiferinn þar til hann er ljósbrúnn. Bætið rækjunum, sojasósunni og salti út í og steikið þar til þær eru húðaðar í olíu og takið af pönnunni. Hitið olíuna sem eftir er og steikið sveppina þar til þeir eru þaktir olíu. Bætið soðinu út í, látið suðuna koma upp, setjið lok á og eldið í 3 mínútur. Setjið rækjurnar aftur á pönnuna og hrærið þar til þær eru orðnar í gegn.

Rækjur og ertur hrærið

fyrir 4 manns

450 g / 1 pund afhýddar rækjur

5 ml / 1 tsk sesamolía

5 ml / 1 teskeið af salti

30 ml / 2 matskeiðar hnetuolía

1 pressaður hvítlauksgeiri

1 sneið af engiferrót, saxuð

225g / 8oz frosnar eða soðnar baunir, þiðnar

4 graslaukur (laukur), saxaður

30 ml / 2 matskeiðar af vatni

salt og pipar

Blandið rækjunum saman við sesamolíuna og salti. Hitið olíuna og steikið hvítlaukinn og engiferið í 1 mínútu. Bætið rækjunni út í og steikið í 2 mínútur. Bætið baunum út í og steikið í 1 mínútu. Bætið vorlauknum og vatni út í og kryddið með salti og pipar og smá sesamolíu ef vill. Hitið, hrærið varlega, áður en það er borið fram.

Rækjur með Mango Chutney

fyrir 4 manns

12 rækjur

salt og pipar

1 sítrónusafi

30 ml / 2 msk maísmjöl (maissterkja)

1 mangó

5 ml / 1 tsk sinnepsduft

5 ml / 1 teskeið af hunangi

30 ml / 2 matskeiðar kókosrjómi

30 ml / 2 matskeiðar mildt karrí

120 ml / 4 fl oz / ¬Ω bolli kjúklingakraftur

45 ml / 3 matskeiðar af hnetu (hnetu) olíu

2 söxuð hvítlauksrif

2 graslaukur (laukur), saxaður

1 fennelpera, saxuð

100 g / 4oz mangó chutney

Afhýðið rækjurnar og látið skottið vera ósnortið. Stráið salti, pipar og sítrónusafa yfir og setjið síðan helminginn af maísmjölinu yfir. Afhýðið mangóið, skerið kvoða úr gryfjunni og saxið síðan kvoða. Hrærið sinnepi, hunangi, kókosrjóma, karrýdufti, maíssterkju sem eftir er og seyði saman við. Hitið helminginn af olíunni og steikið hvítlauk, graslauk og fennel í 2 mínútur. Bætið seyðiblöndunni út í, látið suðuna koma upp og eldið í 1 mínútu. Bætið mangó teningunum og heitri sósunni út í og hitið varlega og færið svo yfir á heitan disk. Hitið olíuna sem eftir er og steikið rækjurnar í 2 mínútur. Raðið þeim yfir grænmetið og berið allt fram í einu.

fyrir 4 manns

30 ml / 2 matskeiðar hnetuolía

2 hvítlauksrif, söxuð

1 sneið af engiferrót, smátt skorin

225 g / 8 aura afhýddar rækjur

4 graslaukur (laukur), þykkt skorinn

120 ml / 4 fl oz / ¬Ω bolli kjúklingakraftur

5 ml / 1 tsk púðursykur

5 ml / 1 tsk sojasósa

5 ml / 1 tsk hoisin sósa

5 ml / 1 tsk Tabasco sósa

Hitið olíuna með hvítlauknum og engiferinu og steikið þar til hvítlaukurinn er létt gullinn. Bætið rækjunni út í og steikið í 1 mínútu. Bætið lauknum út í og steikið í 1 mínútu. Bætið restinni af hráefnunum við, látið suðuna koma upp, hyljið og eldið í 4 mínútur, hrærið af og til. Athugaðu kryddið og bætið við aðeins meiri Tabasco sósu ef þú vilt.

Rækjur með papriku

fyrir 4 manns

30 ml / 2 matskeiðar hnetuolía

1 græn paprika skorin í bita

450 g / 1 pund afhýddar rækjur

10 ml / 2 tsk maísmjöl (maissterkja)

60 ml / 4 matskeiðar af vatni

5 ml / 1 tsk hrísgrjónavín eða þurrt sherry

2,5 ml / ¬Ω teskeið salt

45 ml / 2 msk tómatmauk (mauk)

Hitið olíuna og steikið piparinn í 2 mínútur. Bætið rækjunum og tómatpúrrunni út í og blandið vel saman. Blandið maísmjölsvatninu, víni eða sherry og salti saman til að mynda deig, hrærið á pönnunni og eldið, hrærið, þar til sósan er tær og þykk.

Steiktar rækjur með svínakjöti

fyrir 4 manns

225 g / 8 aura afhýddar rækjur

100 g/4 oz magurt svínakjöt, rifið

60 ml / 4 msk hrísgrjónavín eða þurrt sherry

1 eggjahvíta

45 ml / 3 msk maísmjöl (maissterkja)

5 ml / 1 teskeið af salti

15 ml / 1 matskeið af vatni (valfrjálst)

90 ml / 6 matskeiðar af hnetu (hnetu) olíu

45 ml / 3 msk fiskikraftur

5 ml / 1 tsk sesamolía

Raðið rækjum og svínakjöti á aðskilda diska. Blandið 45 ml / 3 matskeiðum af víni eða sherry, eggjahvítunni, 30 ml / 2 matskeiðum af maísmjöli og salti saman til að búa til laust deig, bætið við vatni ef þarf. Skiptið blöndunni á milli svínakjöts og rækju og blandið vel saman til að hjúpa jafnt. Hitið olíuna og steikið svínakjötið og rækjurnar í nokkrar mínútur þar til þær eru gullnar. Takið af pönnunni og hellið öllu út í nema 15 ml/1 msk af olíu. Bætið soðinu á pönnuna með afganginum af víni eða sherry og maísmjöli. Látið suðuna koma upp og eldið, hrærið í, þar til sósan þykknar. Hellið rækjunum og svínakjöti yfir og berið fram sesamolíu stráð yfir.

Steiktar rækjur með sherry sósu

fyrir 4 manns

50 g / 2 oz / ¬Ω bolli alhliða hveiti

2,5 ml / ¬Ω teskeið salt

1 egg, létt þeytt

30 ml / 2 matskeiðar af vatni

450 g / 1 pund afhýddar rækjur

steikingarolíu

15 ml / 1 matskeið hnetuolía

1 laukur smátt saxaður

45 ml / 3 matskeiðar hrísgrjónavín eða þurrt sherry

15 ml / 1 matskeið sojasósa

120 ml / 4 fl oz / ¬Ω bolli fiskikraftur

10 ml / 2 tsk maísmjöl (maissterkja)

30 ml / 2 matskeiðar af vatni

Blandið saman hveiti, salti, eggi og vatni til að búa til deig, bætið við aðeins meira vatni ef þarf. Blandið saman við rækjur þar til þær eru vel húðaðar. Hitið olíuna og steikið rækjurnar í nokkrar mínútur þar til þær verða stökkar og gullnar. Tæmið á eldhúspappír og setjið á heitt disk. Hitið olíuna á meðan og steikið laukinn þar til hann er visnaður. Bætið víninu eða sherríinu, sojasósunni og seyði út í, látið suðuna koma upp og látið malla í 4 mínútur. Blandið maísmjölinu og vatni saman í deig, hrærið á pönnunni og eldið, hrærið, þar til sósan er tær og þykk. Hellið sósunni yfir rækjurnar og berið fram.

Steiktar rækjur með sesam

fyrir 4 manns

450 g / 1 pund afhýddar rækjur

¬Ω eggjahvíta

5 ml / 1 tsk sojasósa

5 ml / 1 tsk sesamolía

50 g / 2 oz / ¬Ω bolli maísmjöl (maizena)

salt og nýmalaður hvítur pipar

steikingarolíu

60 ml / 4 matskeiðar af sesamfræjum

Salatblöð

Blandið rækjunum saman við eggjahvítu, sojasósu, sesamolíu, maíssterkju, salti og pipar. Bætið við smá vatni ef blandan er of þykk. Hitið olíuna og steikið rækjurnar í nokkrar mínútur þar til þær eru ljósbrúnar. Á meðan, ristaðu sesamfræin í stutta stund á þurri pönnu þar til þau eru gullin. Tæmið rækjurnar og blandið saman við sesamfræin. Berið fram á salatbeði.

Rækjur steiktar í skelinni

fyrir 4 manns

60 ml / 4 matskeiðar af hnetuolíu

750 g / 1¬Ω lb rækjur í skel

3 graslaukur (laukur), saxaður

3 sneiðar af engiferrót, saxaðar

2,5 ml / ¬Ω teskeið salt

15 ml / 1 matskeið hrísgrjónavín eða þurrt sherry

120 ml / 4 fl oz / ¬Ω bolli tómatsósa (tómatsósa)

15 ml / 1 matskeið sojasósa

15 ml / 1 matskeið af sykri

15 ml / 1 matskeið maísmjöl (maissterkja)

60 ml / 4 matskeiðar af vatni

Hitið olíuna og steikið rækjurnar í 1 mínútu ef þær eru soðnar eða þar til þær eru bleikar ef þær eru hráar. Bætið skalottlaukum, engifer, salti og víni eða sherry út í og steikið í 1 mínútu. Bætið tómatsósunni, sojasósunni og sykri út í og steikið í 1 mínútu. Blandið saman maísmjölinu og vatni, hrærið í pönnunni og eldið, hrærið, þar til sósan léttist og þykknar.

steiktar rækjur

fyrir 4 manns

75 g / 3 oz / hrúgaður ¬° bolli maísmjöl (maissterkja)
1 eggjahvíta
5 ml / 1 tsk hrísgrjónavín eða þurrt sherry
salt
350 g / 12 oz afhýddar rækjur
steikingarolíu

Hrærið saman maísmjöli, eggjahvítum, víni eða sherry og smá salti til að gera þykkt deig. Dýfið rækjunum ofan í deigið þar til þær eru vel húðaðar. Hitið olíuna þar til hún er hæfilega heit og steikið rækjurnar í nokkrar mínútur þar til þær eru gullnar. Takið úr olíunni, hitið þar til það er mjög heitt og steikið rækjurnar aftur þar til þær eru stökkar og gullnar.

Rækjur Tempura

fyrir 4 manns

450 g / 1 pund afhýddar rækjur

30 ml / 2 matskeiðar alhliða hveiti

30 ml / 2 msk maísmjöl (maíssterkja)

30 ml / 2 matskeiðar af vatni

2 þeytt egg

steikingarolíu

Skerið rækjurnar í miðjan innri boga og dreifið úr þeim til að mynda fiðrildi. Blandið saman hveiti, maíssterkju og vatni til að mynda deig og bætið síðan eggjunum út í. Hitið olíuna og steikið rækjurnar þar til þær eru gullnar.

Gúmmí

fyrir 4 manns

30 ml / 2 matskeiðar hnetuolía

2 graslaukur (laukur), saxaður

1 pressaður hvítlauksgeiri

1 sneið af engiferrót, saxuð

100 g / 4 oz kjúklingabringur, skornar í strimla

100 g skinka, skorin í strimla

100 g / 4 oz bambussprotar, skornir í strimla

100 g / 4 oz vatnskastaníur, skornar í strimla

225 g / 8 aura afhýddar rækjur

30 ml / 2 msk sojasósa

30 ml / 2 msk hrísgrjónavín eða þurrt sherry

5 ml / 1 teskeið af salti

5 ml / 1 teskeið af sykri

5 ml / 1 tsk maísmjöl (maissterkja)

Hitið olíuna og steikið laukinn, hvítlaukinn og engiferið þar til það er léttbrúnað. Bætið kjúklingnum út í og steikið í 1 mínútu. Bætið skinku, bambussprotum og vatnskastaníu saman við og steikið í 3 mínútur. Bætið rækjunni út í og steikið í 1 mínútu. Bætið við sojasósu, víni eða sherry, salti og sykri og steikið í 2 mínútur. Blandið maísmjölinu saman við smá vatn, hrærið á pönnunni og eldið við vægan hita, hrærið í 2 mínútur.

fyrir 4 manns

45 ml / 3 matskeiðar af hnetu (hnetu) olíu

225 g / 8 oz tofu, í teningum

1 graslaukur (laukur), saxaður

1 pressaður hvítlauksgeiri

15 ml / 1 matskeið sojasósa

5 ml / 1 teskeið af sykri

90 ml / 6 msk fiskikraftur

225 g / 8 aura afhýddar rækjur

15 ml / 1 matskeið maísmjöl (maissterkja)

45 ml / 3 matskeiðar af vatni

Hitið helminginn af olíunni og steikið tófúið þar til það er orðið léttbrúnað, takið síðan af pönnunni. Hitið afganginn af olíunni og steikið graslaukinn og hvítlaukinn þar til hann er ljósbrúnn. Bætið sojasósunni, sykri og seyði út í og látið suðuna koma upp. Bætið rækjunni út í og hrærið við lágan hita í 3 mínútur. Blandið maísmjölinu og vatni saman í deig, hrærið á pönnunni og eldið, hrærið, þar til sósan þykknar. Setjið tófúið aftur á pönnuna og eldið þar til það er hitað í gegn.

Rækjur með tómötum

fyrir 4 manns

2 eggjahvítur

30 ml / 2 msk maísmjöl (maíssterkja)

5 ml / 1 teskeið af salti

450 g / 1 pund afhýddar rækjur

steikingarolíu

30 ml / 2 msk hrísgrjónavín eða þurrt sherry

225 g / 8 oz tómatar, roðhreinsaðir, fræhreinsaðir og saxaðir

Blandið saman eggjahvítum, maíssterkju og salti. Bætið
rækjunum saman við þar til þær eru vel húðaðar. Hitið olíuna og
steikið rækjurnar þar til þær eru soðnar. Hellið öllu út í nema 15
ml/1 msk olíu og hitið aftur. Bætið við víni eða sherry og
tómötum og látið suðuna koma upp. Bætið rækjunum út í og hitið
hratt áður en þær eru bornar fram.

Rækjur með tómatsósu

fyrir 4 manns

30 ml / 2 matskeiðar hnetuolía

1 pressaður hvítlauksgeiri

2 sneiðar af engiferrót, saxaðar

2,5 ml / ¬Ω teskeið salt

15 ml / 1 matskeið hrísgrjónavín eða þurrt sherry

15 ml / 1 matskeið sojasósa

6 ml / 4 matskeiðar tómatsósa (tómatsósa)

120 ml / 4 fl oz / ¬Ω bolli fiskikraftur

350 g / 12 oz afhýddar rækjur

10 ml / 2 tsk maísmjöl (maissterkja)

30 ml / 2 matskeiðar af vatni

Hitið olíuna og steikið hvítlauk, engifer og salt í 2 mínútur. Bætið víninu eða sherríinu, sojasósunni, tómatsósunni og seyði út í og látið suðuna koma upp. Bætið rækjunni út í, setjið lok á og eldið við lágan hita í 2 mínútur. Blandið maísmjölinu og vatni saman í deig, hrærið á pönnunni og eldið, hrærið, þar til sósan hefur léttst og þyknnað.

Rækjur með tómötum og chilesósu

fyrir 4 manns

60 ml / 4 matskeiðar af hnetuolíu

15 ml / 1 matskeið hakkað engifer

15 ml / 1 matskeið hakkað hvítlaukur

15 ml / 1 matskeið saxaður graslaukur

60 ml / 4 msk tómatmauk (mauk)

15 ml / 1 msk chilisósa

450 g / 1 pund afhýddar rækjur

15 ml / 1 matskeið maísmjöl (maissterkja)

15 ml / 1 matskeið af vatni

Hitið olíuna og steikið engifer, hvítlauk og graslauk í 1 mínútu. Bætið tómatpúrrunni og chilisósunni út í og blandið vel saman. Bætið rækjunni út í og steikið í 2 mínútur. Blandið maísmjölinu og vatni saman í deig, hrærið á pönnunni og eldið þar til sósan þykknar. Berið fram í einu.

Steiktar rækjur með tómatsósu

fyrir 4 manns

50 g / 2 oz / ¬Ω bolli alhliða hveiti

2,5 ml / ¬Ω teskeið salt

1 egg, létt þeytt

30 ml / 2 matskeiðar af vatni

450 g / 1 pund afhýddar rækjur

steikingarolíu

30 ml / 2 matskeiðar hnetuolía

1 laukur smátt saxaður

2 sneiðar af engiferrót, saxaðar

75 ml / 5 matskeiðar tómatsósa (tómatsósa)

10 ml / 2 tsk maísmjöl (maissterkja)

30 ml / 2 matskeiðar af vatni

Blandið saman hveiti, salti, eggi og vatni til að búa til deig, bætið við aðeins meira vatni ef þarf. Blandið saman við rækjur þar til þær eru vel húðaðar. Hitið olíuna og steikið rækjurnar í nokkrar mínútur þar til þær verða stökkar og gullnar. Tæmið á pappírshandklæði.

Hitið olíuna á meðan og steikið laukinn og engiferið þar til það er mjúkt. Bætið tómatsósunni út í og látið malla í 3 mínútur.

Blandið maísmjölinu og vatni saman í deig, hrærið á pönnunni og eldið, hrærið, þar til sósan þykknar. Bætið rækjunum á pönnuna og eldið við lágan hita þar til þær eru orðnar í gegn. Berið fram í einu.

Rækjur með grænmeti

fyrir 4 manns

15 ml / 1 matskeið hnetuolía

225 g / 8 oz spergilkál

225g / 8oz sveppir

225 g / 8 oz bambussprotar, sneiddar

450 g / 1 pund afhýddar rækjur

120 ml / 4 fl oz / ¬Ω bolli kjúklingakraftur

5 ml / 1 tsk maísmjöl (maissterkja)

5 ml / 1 tsk ostrusósa

2,5 ml / ¬Ω teskeið af sykri

2,5 ml / ¬Ω teskeið rifin engiferrót

klípa af nýmöluðum pipar

Hitið olíuna og steikið spergilkálið í 1 mínútu. Bætið sveppunum og bambussprotunum út í og steikið í 2 mínútur. Bætið rækjunni út í og steikið í 2 mínútur. Blandið hinum hráefnunum saman og blandið saman við rækjublönduna. Látið suðu koma upp, hrærið, eldið síðan í 1 mínútu, hrærið stöðugt.

Rækjur með vatnskastaníu

fyrir 4 manns

60 ml / 4 matskeiðar af hnetuolíu

1 hakkað hvítlauksrif

1 sneið af engiferrót, saxuð

450 g / 1 pund afhýddar rækjur

30 ml / 2 msk hrísgrjónavín eða þurrt sherry 225 g / 8 oz

vatnskastanía, sneið

30 ml / 2 msk sojasósa

15 ml / 1 matskeið maísmjöl (maissterkja)

45 ml / 3 matskeiðar af vatni

Hitið olíuna og steikið hvítlaukinn og engiferið þar til það er léttbrúnað. Bætið rækjunni út í og steikið í 1 mínútu. Bætið víninu eða sherryinu út í og hrærið vel. Bætið vatnskastanunum út í og steikið í 5 mínútur. Bætið restinni af hráefninu út í og steikið í 2 mínútur.

rækju wontons

fyrir 4 manns

450 g / 1 pund afhýddar rækjur, saxaðar

225 g / 8 oz blandað grænmeti, saxað

15 ml / 1 matskeið sojasósa

2,5 ml / ¬Ω teskeið salt

nokkrir dropar af sesamolíu

40 wonton skinn

steikingarolíu

Blandið saman rækjum, grænmeti, sojasósu, salti og sesamolíu.

Til að brjóta wontons saman skaltu halda húðinni í lófa vinstri handar og setja smá fyllingu í miðjuna. Vætið brúnirnar með eggi og brjótið skinnið saman í þríhyrning og þéttið brúnirnar. Vætið hornin með eggi og snúið.

Hitið olíuna og steikið wontons nokkra í einu þar til þeir eru gullnir. Tæmið vel áður en borið er fram.

Abalone með kjúklingi

fyrir 4 manns

400 g / 14 oz niðursoðinn abalone

30 ml / 2 matskeiðar hnetuolía

100 g/4 oz kjúklingabringur, í teningum

100g / 4oz bambussprotar, sneiddar

250 ml / 8 fl oz / 1 bolli fiskikraftur

15 ml / 1 matskeið hrísgrjónavín eða þurrt sherry

5 ml / 1 teskeið af sykri

2,5 ml / ¬Ω teskeið salt

15 ml / 1 matskeið maísmjöl (maissterkja)

45 ml / 3 matskeiðar af vatni

Tæmið og skerið abalone í sneiðar, geymið safann. Hitið olíuna og steikið kjúklinginn þar til hann er ljós á litinn. Bætið grásleppunni og bambussprotunum út í og steikið í 1 mínútu. Bætið grásleppuvökvanum, soðinu, víni eða sherry, sykri og salti út í, látið suðuna koma upp og látið malla í 2 mínútur. Blandið maísmjölinu og vatni saman í deig og eldið, hrærið, þar til sósan er tær og þykk. Berið fram í einu.

abalone með aspas

fyrir 4 manns

10 þurrkaðir kínverskir sveppir

30 ml / 2 matskeiðar hnetuolía

15 ml / 1 matskeið af vatni

225g / 8oz aspas

2,5 ml / ¬Ω teskeið fiskisósa

15 ml / 1 matskeið maísmjöl (maissterkja)

225 g / 8 oz niðursoðinn abalone, sneið

60 ml / 4 matskeiðar af seyði

¬Ω lítil gulrót, skorin í sneiðar

5 ml / 1 tsk sojasósa

5 ml / 1 tsk ostrusósa

5 ml / 1 tsk hrísgrjónavín eða þurrt sherry

Leggið sveppina í bleyti í volgu vatni í 30 mínútur og tæmdu síðan. Fleygðu stilkunum. Hitið 15 ml / 1 matskeið af olíu með vatninu og steikið sveppina í 10 mínútur. Á meðan er aspasinn soðinn í sjóðandi vatni ásamt fiskisósunni og 5 ml/1 tsk maísmjöli þar til hann er meyr. Tæmið vel og setjið á heitan disk með sveppunum. Haltu þeim heitum. Hitið olíuna sem eftir er og steikið abalone í nokkrar sekúndur, bætið síðan soðinu, gulrótum, sojasósu, ostrusósu, víni eða sherry saman við og afganginum af maíssterkju út í. Eldið í um það bil 5 mínútur þar til það er eldað í gegn, hellið svo aspasnum yfir og berið fram.

Abalone með sveppum

fyrir 4 manns

6 þurrkaðir kínverskir sveppir

400 g / 14 oz niðursoðinn abalone

45 ml / 3 matskeiðar af hnetu (hnetu) olíu

2,5 ml / ¬Ω teskeið salt

15 ml / 1 matskeið hrísgrjónavín eða þurrt sherry

3 vorlaukar (skál), þykkar sneiðar

Leggið sveppina í bleyti í volgu vatni í 30 mínútur og tæmdu síðan. Fargið stilkunum og skerið toppana af. Tæmið og skerið abalone í sneiðar, geymið safann. Hitið olíuna og steikið saltið og sveppina í 2 mínútur. Bætið grásleppuvökvanum og sherry út í, látið suðuna koma upp, setjið lok á og eldið í 3 mínútur. Bætið graslauknum og graslauknum saman við og eldið þar til það er heitt. Berið fram í einu.

Abalone með ostrusósu

fyrir 4 manns

400 g / 14 oz niðursoðinn abalone

15 ml / 1 matskeið maísmjöl (maissterkja)

15 ml / 1 matskeið sojasósa

45 ml / 3 matskeiðar ostrusósa

30 ml / 2 matskeiðar hnetuolía

50 g / 2 oz reykt skinka, saxað

Tæmdu dósina af abalone, geymdu 90 ml / 6 matskeiðar af vökvanum. Blandið þessu saman við maísmjöl, sojasósu og ostrusósu. Hitið olíuna og steikið tæmd abalone í 1 mínútu. Bætið sósublöndunni út í og eldið, hrærið í, í um það bil 1 mínútu þar til hún er hituð í gegn. Færið yfir á heitan disk og berið fram skreytt með skinku.

gufusoðið sjávarfang

fyrir 4 manns

24 samlokur

Nuddið samlokurnar vel og drekkið þær síðan í söltu vatni í nokkrar klukkustundir. Þvoið í rennandi vatni og sett í grunnt eldfast. Setjið á grind í gufubát, lokið og látið gufa í sjóðandi vatni í um það bil 10 mínútur þar til allar samlokur hafa opnast. Fargaðu þeim sem eru enn lokaðir. Berið fram með sósum.

Samloka með baunaspírum

fyrir 4 manns

24 samlokur

15 ml / 1 matskeið hnetuolía

150g / 5oz baunaspírur

1 græn paprika skorin í strimla

2 graslaukur (laukur), saxaður

15 ml / 1 matskeið hrísgrjónavín eða þurrt sherry

salt og nýmalaður pipar

2,5 ml / ¬Ω teskeið sesamolía

50 g / 2 oz reykt skinka, saxað

Nuddið samlokurnar vel og drekkið þær síðan í söltu vatni í nokkrar klukkustundir. Skolaðu í rennandi vatni. Látið suðuna koma upp á pönnu með vatni, bætið samlokunum út í og sjóðið í nokkrar mínútur þar til þær opnast. Tæmdu og fargaðu öllu sem er enn lokað. Fjarlægðu samlokurnar úr skeljunum.

Hitið olíuna og steikið baunaspírurnar í 1 mínútu. Bætið papriku og graslauk út í og steikið í 2 mínútur. Bætið víninu eða sherryinu út í og kryddið með salti og pipar. Hitið, bætið síðan samlokunum út í og hrærið þar til það er vel blandað og hitað í gegn. Færið yfir á heitan disk og berið fram sesamolíu og skinku stráð yfir.

Samloka með engifer og hvítlauk

fyrir 4 manns

24 samlokur

15 ml / 1 matskeið hnetuolía

2 sneiðar af engiferrót, saxaðar

2 hvítlauksrif, söxuð

15 ml / 1 matskeið af vatni

5 ml / 1 tsk sesamolía

salt og nýmalaður pipar

Nuddið samlokurnar vel og drekkið þær síðan í söltu vatni í nokkrar klukkustundir. Skolaðu í rennandi vatni. Hitið olíuna og steikið engifer og hvítlauk í 30 sekúndur. Bætið samlokunum, vatni og sesamolíu út í, setjið lok á og eldið í um 5 mínútur þar til samlokurnar opnast. Fargaðu þeim sem eru enn lokaðir. Kryddið létt með salti og pipar og berið fram strax.

steiktar samlokur

fyrir 4 manns

24 samlokur

60 ml / 4 matskeiðar af hnetuolíu

4 hvítlauksrif, söxuð

1 saxaður laukur

2,5 ml / ¬Ω teskeið salt

Nuddið samlokurnar vel og drekkið þær síðan í söltu vatni í
nokkrar klukkustundir. Skolið í rennandi vatni og þurrkið síðan.
Hitið olíuna og steikið hvítlauk, lauk og salt þar til hann er
gullinn. Bætið samlokunum út í, setjið lok á og eldið í um 5
mínútur þar til allar skeljarnar eru opnar. Fargaðu þeim sem eru
enn lokaðir. Steikið varlega í 1 mínútu í viðbót, stráið með olíu.

krabbakökur

fyrir 4 manns

225 g / 8 oz baunaspírur

60 ml / 4 msk hnetuolía 100 g / 4 oz bambussprotar, skornar í

strimla

1 saxaður laukur

225 g / 8 oz krabbakjöt, í flögum

4 létt þeytt egg

15 ml / 1 matskeið maísmjöl (maissterkja)

30 ml / 2 msk sojasósa

salt og nýmalaður pipar

Blasaðu baunaspírurnar í sjóðandi vatni í 4 mínútur og tæmdu síðan. Hitið helminginn af olíunni og steikið baunaspírurnar, bambussprotana og laukinn þar til þeir verða mjúkir. Takið af hitanum og blandið saman við hin hráefnin, nema olíuna. Hitið olíuna sem eftir er á hreinni pönnu og steikið matskeiðar af krabbakjötsblöndunni til að búa til litlar kökur. Steikið þar til léttbrúnt á báðum hliðum, berið svo fram.

krabbakrem

fyrir 4 manns

225 g / 8 oz krabbakjöt

5 þeytt egg

1 graslaukur (laukur) smátt saxaður

250 ml / 8 fl oz / 1 bolli af vatni

5 ml / 1 teskeið af salti

5 ml / 1 tsk sesamolía

Blandið öllu hráefninu vel saman. Setjið í ílát, lokið og setjið ofan á bain-marie yfir heitu vatni eða á gufugrind. Látið gufa í um það bil 35 mínútur að rjómalögun, hrærið af og til. Berið fram með hrísgrjónum.

Kínverskt púst krabbakjöt

fyrir 4 manns

450 g / 1 lb kínversk lauf, rifin

45 ml / 3 matskeiðar jurtaolía

2 graslaukur (laukur), saxaður

225 g / 8 oz krabbakjöt

15 ml / 1 matskeið sojasósa

15 ml / 1 matskeið hrísgrjónavín eða þurrt sherry

5 ml / 1 teskeið af salti

Blasaðu kínversku laufin í sjóðandi vatni í 2 mínútur, skolaðu síðan vel af og skolaðu með köldu vatni. Hitið olíuna og steikið graslaukinn þar til hann er ljósbrúnn. Bætið krabbakjöti út í og steikið í 2 mínútur. Bætið kínversku laufunum út í og steikið í 4 mínútur. Bætið við sojasósu, víni eða sherry og salti og blandið vel saman. Bætið soðinu og maísmjölinu út í, látið suðuna koma upp og eldið, hrærið í, í 2 mínútur þar til sósan hefur léttst og þykknað.

Foo Yung krabbi með baunaspírum

fyrir 4 manns

6 þeytt egg

45 ml / 3 msk maísmjöl (maissterkja)

225 g / 8 oz krabbakjöt

100 g / 4 oz baunaspírur

2 rauðlaukur (skál), smátt saxaður

2,5 ml / ¬Ω teskeið salt

45 ml / 3 matskeiðar af hnetu (hnetu) olíu

Þeytið eggin og bætið síðan maísmjölinu út í. Blandið saman afganginum nema olíunni. Hitið olíuna og hellið blöndunni hægt á pönnuna til að búa til litlar pönnukökur um 3 tommur á breidd. Steikið þar til gullið er á botninum, snúið svo við og brúnið hina hliðina.

Krabbi með engifer

fyrir 4 manns

15 ml / 1 matskeið hnetuolía

2 sneiðar af engiferrót, saxaðar

4 graslaukur (laukur), saxaður

3 hvítlauksrif, söxuð

1 saxaður rauður chilli

350 g / 12 oz krabbakjöt, í flögum

2,5 ml / ¬Ω teskeið fiskmauk

2,5 ml / ¬Ω teskeið sesamolía

15 ml / 1 matskeið hrísgrjónavín eða þurrt sherry

5 ml / 1 tsk maísmjöl (maissterkja)

15 ml / 1 matskeið af vatni

Hitið olíuna og steikið engifer, graslauk, hvítlauk og pipar í 2 mínútur. Bætið krabbakjötinu út í og hrærið þar til það er vel húðað með kryddinu. Bætið fiskmaukinu út í. Blandið því sem eftir er af hráefnunum saman í deig, hendið þeim síðan á pönnuna og steikið í 1 mínútu. Berið fram í einu.

Lo Mein krabbi

fyrir 4 manns

100 g / 4 oz baunaspírur

30 ml / 2 matskeiðar hnetuolía

5 ml / 1 teskeið af salti

1 sneið laukur

100g / 4oz sveppir, sneiddir

225 g / 8 oz krabbakjöt, í flögum

100g / 4oz bambussprotar, sneiddar

ristaðar núðlur

30 ml / 2 msk sojasósa

5 ml / 1 teskeið af sykri

5 ml / 1 tsk sesamolía

salt og nýmalaður pipar

Blasaðu baunaspírurnar í sjóðandi vatni í 5 mínútur og tæmdu síðan. Hitið olíuna og steikið salt og lauk þar til gullið. Bætið sveppunum út í og steikið þar til þeir eru mjúkir. Bætið krabbakjöti út í og steikið í 2 mínútur. Bætið baunaspírum og bambussprotum út í og steikið í 1 mínútu. Bætið tæmdu pastanu á pönnuna og blandið varlega saman við. Blandið saman sojasósu, sykri og sesamolíu og kryddið með salti og pipar. Hrærið í pönnu þar til það er hitað í gegn.

Hrærður krabbi með svínakjöti

fyrir 4 manns

30 ml / 2 matskeiðar hnetuolía

100 g / 4 oz hakkað svínakjöt (malað)

350 g / 12 oz krabbakjöt, í flögum

2 sneiðar af engiferrót, saxaðar

2 egg létt þeytt

15 ml / 1 matskeið sojasósa

15 ml / 1 matskeið hrísgrjónavín eða þurrt sherry

30 ml / 2 matskeiðar af vatni

salt og nýmalaður pipar

4 graslaukur (laukur), skorinn í strimla

Hitið olíuna og steikið svínakjötið þar til það er ljóst á litinn. Bætið krabbakjöti og engifer út í og steikið í 1 mínútu. Bætið eggjunum við. Bætið sojasósunni, víni eða sherry, vatni, salti og pipar út í og eldið í um 4 mínútur, hrærið í. Berið fram skreytt með graslauk.

Steikt krabbakjöt

fyrir 4 manns

30 ml / 2 matskeiðar hnetuolía

450 g / 1 lb krabbakjöt, í flögum

2 graslaukur (laukur), saxaður

2 sneiðar af engiferrót, saxaðar

30 ml / 2 msk sojasósa

30 ml / 2 msk hrísgrjónavín eða þurrt sherry

2,5 ml / ¬Ω teskeið salt

15 ml / 1 matskeið maísmjöl (maissterkja)

60 ml / 4 matskeiðar af vatni

Hitið olíuna og steikið krabbakjötið, graslaukinn og engiferið í 1 mínútu. Bætið sojasósu, víni eða sherry og salti út í, setjið lok á og eldið í 3 mínútur. Blandið maísmjölinu og vatni saman í deig, hrærið á pönnunni og eldið, hrærið, þar til sósan er tær og þykk.

steiktar smokkfiskkúlur

fyrir 4 manns

76

450 g / 1 pund af smokkfiski
50 g svínafeiti, mulið
1 eggjahvíta
2,5 ml / ¬Ω teskeið af sykri
2,5 ml / ¬Ω teskeið maíssterkja (maíssterkja)
salt og nýmalaður pipar
steikingarolíu

Skerið smokkfiskinn og myljið hann eða breytið honum í deig.
Blandið saman við smjörfeiti, eggjahvítu, sykri og maíssterkju og
kryddið með salti og pipar. Þrýstið blöndunni í kúlur. Hitið
olíuna og steikið smokkfiskkúlurnar smátt og smátt ef þarf þar til
þær koma upp á yfirborð olíunnar og eru orðnar gullinbrúnar.
Tæmið vel og berið fram í einu.

Kantónskur humar

fyrir 4 manns

2 humar

30 ml / 2 matskeiðar af olíu

15 ml / 1 matskeið svart baunasósa

1 pressaður hvítlauksgeiri

1 saxaður laukur

225 g / 8 oz hakkað svínakjöt (malað)

45 ml / 3 matskeiðar af sojasósu

5 ml / 1 teskeið af sykri

salt og nýmalaður pipar

15 ml / 1 matskeið maísmjöl (maissterkja)

75 ml / 5 matskeiðar af vatni

1 hrært egg

Leysið humarinn upp, takið kjötið út og skerið í 2,5 cm teninga. Hitið olíuna og steikið svörtu baunasósuna, hvítlaukinn og laukinn þar til hún er ljósbrúnt. Bætið svínakjöti út í og steikið þar til það er brúnt. Bætið sojasósunni, sykri, salti, pipar og humri út í, setjið lok á og eldið í um 10 mínútur. Blandið maísmjölinu og vatni saman í deig, hrærið á pönnunni og eldið, hrærið, þar til sósan hefur léttst og þyknað. Slökkvið á hitanum og bætið egginu út í áður en það er borið fram.

steiktur humar

fyrir 4 manns

450 g / 1 pund af humarkjöti

30 ml / 2 msk sojasósa

5 ml / 1 teskeið af sykri

1 hrært egg

30 ml / 3 matskeiðar alhliða hveiti

steikingarolíu

Skerið humarkjötið í 2,5 cm/1 teninga og blandið saman við sojasósu og sykur. Látið standa í 15 mínútur og tæmdu síðan. Þeytið saman egg og hveiti, bætið síðan humrinum út í og blandið vel saman. Hitið olíuna og steikið humarinn þar til hann er gullinn. Tæmið á eldhúspappír áður en það er borið fram.

Gufusoðinn humar með skinku

fyrir 4 manns

4 létt þeytt egg

60 ml / 4 matskeiðar af vatni

5 ml / 1 teskeið af salti

15 ml / 1 matskeið sojasósa

450 g / 1 lb humar kjöt, flögur

15 ml / 1 matskeið saxað reykt skinka

15 ml / 1 matskeið saxuð fersk steinselja

Þeytið eggin með vatni, salti og sojasósu. Hellt í eldfast ílát og humarkjötinu stráð yfir. Setjið skálina á grind í gufubað, lokið á og látið gufa í 20 mínútur þar til eggin hafa stífnað. Berið fram skreytt með skinku og steinselju.

Humar með sveppum

fyrir 4 manns

450 g / 1 pund af humarkjöti

15 ml / 1 matskeið maísmjöl (maissterkja)

60 ml / 4 matskeiðar af vatni

30 ml / 2 matskeiðar hnetuolía

4 graslaukur (laukur), þykkt skorinn

100g / 4oz sveppir, sneiddir

2,5 ml / ¬Ω teskeið salt

1 pressaður hvítlauksgeiri

30 ml / 2 msk sojasósa

15 ml / 1 matskeið hrísgrjónavín eða þurrt sherry

Skerið humarkjötið í 2,5 cm teninga. Blandið maísmjöli og vatni saman í mauk og sleppið humartenningum í blönduna til að hjúpa. Hitið helminginn af olíunni og steikið humarteningana þar til þeir eru létt gylltir, takið þá af pönnunni. Hitið afganginn af olíunni og steikið vorlaukinn þar til hann er ljósbrúnn. Bætið sveppunum út í og steikið í 3 mínútur. Bætið salti, hvítlauk, sojasósu og víni eða sherry út í og steikið í 2 mínútur. Setjið humarinn aftur á pönnuna og steikið þar til hann er orðinn í gegn.

Humarhalar með svínakjöti

fyrir 4 manns

3 þurrkaðir kínverskir sveppir

4 humarhalar

60 ml / 4 matskeiðar af hnetuolíu

100 g / 4 oz hakkað svínakjöt (malað)

50 g / 2 oz vatnskastaníur, smátt saxaðar

salt og nýmalaður pipar

2 hvítlauksrif, söxuð

45 ml / 3 matskeiðar af sojasósu

30 ml / 2 msk hrísgrjónavín eða þurrt sherry

30 ml / 2 msk svart baunasósa

10 ml / 2 msk maísmjöl (maíssterkja)

120 ml / 4 fl oz / ¬Ω bolli af vatni

Leggið sveppina í bleyti í volgu vatni í 30 mínútur og tæmdu síðan. Fargið stilkunum og saxið toppana. Skerið humarhalana í tvennt eftir endilöngu. Fjarlægðu kjötið af humarhölunum, geymdu skeljarnar. Hitið helminginn af olíunni og steikið svínakjötið þar til það er ljóst á litinn. Takið af hellunni og hrærið sveppum, humarkjöti, vatnskastaníu, salti og pipar saman við. Þrýstið kjötinu aftur í humarskeljarnar og setjið á bökunarplötu. Setjið á grind í gufubát, lokið og látið gufa í um 20 mínútur þar til það er eldað í gegn. Hitið olíuna sem eftir er á meðan og steikið hvítlauk, sojasósu, vín eða sherry og svarta baunasósu í 2 mínútur. Blandið maísmjölinu og vatni saman þar til þú færð mauk, hentu því á pönnuna og eldið, hrærið, þar til sósan þykknar. Raðið humarnum á heitan disk,

steiktur humar

fyrir 4 manns

450 g / 1 pund humarhalar

30 ml / 2 matskeiðar hnetuolía

1 pressaður hvítlauksgeiri

2,5 ml / ¬Ω teskeið salt

350 g / 12 oz baunaspírur

50g / 2oz sveppir

4 graslaukur (laukur), þykkt skorinn

150 ml / ¬° pt / rausnarlegt ¬Ω bolli kjúklingakraftur

15 ml / 1 matskeið maísmjöl (maissterkja)

Látið suðu koma upp í potti með vatni, bætið humarhölunum út í og sjóðið í 1 mínútu. Tæmið, kælið, fjarlægið húðina og skerið í þykkar sneiðar. Hitið olíuna með hvítlauknum og salti og steikið þar til hvítlaukurinn er létt gullinn. Bætið humrinum út í og steikið í 1 mínútu. Bætið baunaspírunum og sveppunum út í og steikið í 1 mínútu. Bætið graslauknum út í. Bætið mestu af soðinu út í, látið suðuna koma upp, setjið lok á og látið malla í 3 mínútur. Blandið maísmjölinu saman við afganginn af soðinu, hrærið á pönnunni og eldið, hrærið, þar til sósan er létt og þykk.

humarhreiður

fyrir 4 manns

30 ml / 2 matskeiðar hnetuolía

5 ml / 1 teskeið af salti

1 laukur, fínt skorinn

100g / 4oz sveppir, sneiddir

100g/4oz bambussprotar, sneiðar 225g/8oz soðið humarkjöt

15 ml / 1 matskeið hrísgrjónavín eða þurrt sherry

120 ml / 4 fl oz / ¬Ω bolli kjúklingakraftur

klípa af nýmöluðum pipar

10 ml / 2 tsk maísmjöl (maissterkja)

15 ml / 1 matskeið af vatni

4 núðlukörfur

Hitið olíuna og steikið salt og lauk þar til gullið. Bætið
sveppunum og bambussprotunum út í og steikið í 2 mínútur.
Bætið humarkjöti, víni eða sherry og soði út í, látið suðuna koma
upp, setjið lok á og látið malla í 2 mínútur. Kryddið með pipar.
Blandið maísmjölinu og vatni saman í deig, hrærið á pönnunni og
eldið, hrærið, þar til sósan þyknar. Raðið núðluhreiðrunum á
heitan disk og toppið með steiktum humri.

Kræklingur í svartbaunasósu

fyrir 4 manns

45 ml / 3 matskeiðar af hnetu (hnetu) olíu

2 hvítlauksrif, söxuð

2 sneiðar af engiferrót, saxaðar

30 ml / 2 msk svart baunasósa

15 ml / 1 matskeið sojasósa

1,5 kg / 3 lb kræklingur, þveginn og skeggjaður

2 graslaukur (laukur), saxaður

Hitið olíuna og steikið hvítlaukinn og engiferið í 30 sekúndur. Bætið svörtu baunasósunni og sojasósunni út í og steikið í 10 sekúndur. Bætið kræklingnum út í, setjið lok á og eldið í um 6 mínútur þar til kræklingurinn opnast. Fargaðu þeim sem eru enn lokaðir. Færið yfir á heitan disk og berið fram graslauk stráð yfir.

Kræklingur með engifer

fyrir 4 manns

45 ml / 3 matskeiðar af hnetu (hnetu) olíu

2 hvítlauksrif, söxuð

4 sneiðar af engiferrót, saxaðar

1,5 kg / 3 lb kræklingur, þveginn og skeggjaður

45 ml / 3 matskeiðar af vatni

15 ml / 1 msk ostrusósa

Hitið olíuna og steikið hvítlaukinn og engiferið í 30 sekúndur.
Bætið kræklingnum og vatni út í, setjið lok á og eldið í um 6
mínútur þar til kræklingurinn opnast. Fargaðu þeim sem eru enn
lokaðir. Færið yfir á heitan disk og berið fram ostrusósu stráð
yfir.

gufusoðinn kræklingur

fyrir 4 manns

1,5 kg / 3 lb kræklingur, þveginn og skeggjaður

45 ml / 3 matskeiðar af sojasósu

3 vorlaukar (skál), smátt saxaðir

Setjið kræklinginn á grind í gufubátnum, lokið á og látið gufa í sjóðandi vatni í um 10 mínútur þar til allur kræklingurinn hefur opnast. Fargaðu þeim sem eru enn lokaðir. Færið yfir á heitan disk og berið fram sojasósu og graslauk stráð yfir.

steiktar ostrur

fyrir 4 manns

24 ostrur með skel

salt og nýmalaður pipar

1 hrært egg

50 g / 2 oz / ¬Ω bolli alhliða hveiti

250 ml / 8 fl oz / 1 bolli af vatni

steikingarolíu

4 graslaukur (laukur), saxaður

Stráið ostrunum yfir salti og pipar. Þeytið eggið með hveiti og vatni til að mynda deig og notið til að hylja ostrurnar. Hitið olíuna og steikið ostrurnar þar til þær eru gullnar. Tæmið á eldhúspappír og berið fram skreytt með graslauk.

ostrur með beikoni

fyrir 4 manns

175g / 6oz af beikoni

24 ostrur með skel

89

1 egg, létt þeytt

15 ml / 1 matskeið af vatni

45 ml / 3 matskeiðar af hnetu (hnetu) olíu

2 saxaðir laukar

15 ml / 1 matskeið maísmjöl (maissterkja)

15 ml / 1 matskeið sojasósa

90 ml / 6 msk kjúklingakraftur

Skerið beikonið í bita og vefjið stykki utan um hverja ostrur.
Þeytið eggið með vatninu og dýfið því í ostrurnar til að hylja.
Hitið helminginn af olíunni og steikið ostrurnar þar til þær eru
ljósbrúnar á báðum hliðum, takið þær af pönnunni og tæmið
fituna. Hitið olíuna sem eftir er og steikið laukinn þar til hann er
mjúkur. Þeytið saman maísmjöl, sojasósu og seyði þar til mauk
myndast, hellið á pönnuna og eldið, hrærið, þar til sósan er glær
og þykk. Hellið ostrunum yfir og berið fram strax.

Steiktar ostrur með engifer

fyrir 4 manns

24 ostrur með skel

2 sneiðar af engiferrót, saxaðar

30 ml / 2 msk sojasósa

15 ml / 1 matskeið hrísgrjónavín eða þurrt sherry

4 graslaukur (laukur), skorinn í strimla

100 g af beikoni

1 egg

50 g / 2 oz / ¬Ω bolli alhliða hveiti

salt og nýmalaður pipar

steikingarolíu

1 sítróna skorin í báta

Setjið ostrurnar í skál með engiferinu, sojasósunni og víni eða sherry og blandið vel saman. Látið það hvíla í 30 mínútur. Settu nokkrar ræmur af graslauk ofan á hverja ostrur. Skerið beikonið í bita og vefjið stykki utan um hverja ostrur. Þeytið eggið og hveitið þar til það myndast deig og kryddið með salti og pipar. Dýfið ostrunum í deigið þar til þær eru vel húðaðar. Hitið olíuna og steikið ostrurnar þar til þær eru gullnar. Berið fram skreytt með sítrónubátum.

Ostrur með svartbaunasósu

fyrir 4 manns

350 g / 12 oz skurnar ostrur

120 ml / 4 fl oz / ¬Ω bolli hnetuolía (hnetu)

2 hvítlauksrif, söxuð

3 vorlaukar (skautlaukar), skornir í sneiðar

15 ml / 1 matskeið svart baunasósa

30 ml / 2 msk dökk sojasósa

15 ml / 1 matskeið sesamolía

klípa af chilidufti

Bleikjaðu ostrurnar í sjóðandi vatni í 30 sekúndur og tæmdu síðan. Hitið olíuna og steikið hvítlaukinn og graslaukinn í 30 sekúndur. Bætið svörtu baunasósunni, sojasósunni, sesamolíu og ostrunum út í og kryddið eftir smekk með chilidufti. Steikið þar til það er mjög heitt og berið fram strax.

Hörpuskel með bambussprotum

fyrir 4 manns

60 ml / 4 matskeiðar af hnetuolíu

6 graslaukur (laukur), saxaður

225 g / 8 oz sveppir, skornir í fjórða

15 ml / 1 matskeið af sykri

450 g / 1 pund skurn hörpuskel

2 sneiðar af engiferrót, saxaðar

225 g / 8 oz bambussprotar, sneiddar

salt og nýmalaður pipar

300 ml / ¬Ω en / 1 ¬° glös af vatni

30 ml / 2 matskeiðar vínedik

30 ml / 2 msk maísmjöl (maissterkja)

150 ml / ¬° pt / rausnarlegur ¬Ω bolli af vatni

45 ml / 3 matskeiðar af sojasósu

Hitið olíuna og steikið laukinn og sveppina í 2 mínútur. Bætið við sykri, hörpuskel, engifer, bambussprotum, salti og pipar, setjið lok á og eldið í 5 mínútur. Bætið vatni og vínediki út í, látið suðuna koma upp, lokið á og látið malla í 5 mínútur. Blandið maísmjölinu og vatni saman í deig, hrærið á pönnunni og eldið, hrærið, þar til sósan þykknar. Kryddið með sojasósu og berið fram.

hörpuskel með eggi

fyrir 4 manns

45 ml / 3 matskeiðar af hnetu (hnetu) olíu

350 g / 12 oz af skurnuðum hörpuskel

25 g / 1 oz reykt skinka, saxað

30 ml / 2 msk hrísgrjónavín eða þurrt sherry

5 ml / 1 teskeið af sykri

2,5 ml / ¬Ω teskeið salt

klípa af nýmöluðum pipar

2 egg létt þeytt

15 ml / 1 matskeið sojasósa

Hitið olíuna og steikið hörpuskelina í 30 sekúndur. Bætið skinkunni út í og steikið í 1 mínútu. Bætið víni eða sherry, sykri, salti og pipar út í og steikið í 1 mínútu. Bætið eggjunum út í og hrærið varlega við háan hita þar til hráefnið er vel húðað með egginu. Berið fram sojasósu stráð yfir.

hörpuskel með brokkolí

fyrir 4 manns

350 g / 12 oz hörpuskel, sneið

3 sneiðar af engiferrót, saxaðar

¬Ω lítil gulrót, skorin í sneiðar

1 pressaður hvítlauksgeiri

45 ml / 3 matskeiðar venjulegt hveiti (allur tilgangur)

2,5 ml / ¬Ω teskeið matarsódi (matarsódi)

30 ml / 2 matskeiðar hnetuolía

15 ml / 1 matskeið af vatni

1 sneið banani

steikingarolíu

275g / 10oz spergilkál

salt

5 ml / 1 tsk sesamolía

2,5 ml / ¬Ω teskeið chili sósa

2,5 ml / ¬Ω teskeið vínedik

2,5 ml / ¬Ω teskeið tómatmauk (mauk)

Blandið hörpuskelinni saman við engifer, gulrót og hvítlauk og látið hvíla. Blandið hveiti, matarsóda, 15ml/1 msk olíu og vatni saman í mauk og notaðu til að húða bananasneiðarnar. Hitið olíuna og steikið bananann þar til hann er gullinn, hellið síðan af og raðið í kringum heitan disk. Á meðan, eldið spergilkálið í sjóðandi söltu vatni þar til það er mjúkt, látið renna af. Hitið afganginn af olíunni með sesamolíu og steikið spergilkálið í stutta stund og setjið það svo utan um plötuna með bönunum. Bætið chilisósunni, vínedikinu og tómatmaukinu á pönnuna og steikið hörpuskelina þar til þær eru fulleldaðar. Setjið á disk og berið fram strax.

Hörpuskel með engifer

fyrir 4 manns

45 ml / 3 matskeiðar af hnetu (hnetu) olíu

2,5 ml / ¬Ω teskeið salt

3 sneiðar af engiferrót, saxaðar

2 rauðlaukur (skál), þykkt skorinn

450 g / 1 pund af skurnuðum hörpuskel, helminguð

15 ml / 1 matskeið maísmjöl (maissterkja)

60 ml / 4 matskeiðar af vatni

Hitið olíuna og steikið saltið og engiferið í 30 sekúndur. Bætið graslauknum út í og steikið þar til hann er ljósbrúnn. Bætið hörpuskeljunum út í og steikið í 3 mínútur. Blandið maísmjölinu og vatni saman í deig, bætið á pönnuna og eldið við lágan hita, hrærið, þar til það þykknar. Berið fram í einu.

Hörpuskel með skinku

fyrir 4 manns

450 g / 1 pund af skurnuðum hörpuskel, helminguð

250 ml / 1 bolli hrísgrjónavín eða þurrt sherry

1 laukur smátt saxaður

2 sneiðar af engiferrót, saxaðar

2,5 ml / ¬Ω teskeið salt

100 g / 4 oz reykt skinka, saxað

Setjið hörpuskelina í skál og bætið víninu eða sherryinu út í.
Setjið lokið yfir og látið marinerast í 30 mínútur, snúið öðru
hvoru, tæmið síðan hörpuskelina og fargið marineringunni. Setjið
hörpuskelina á ofnplötu ásamt restinni af hráefninu. Setjið fatið á
grind í gufugufu, lokið og látið gufa í sjóðandi vatni í um 6
mínútur þar til hörpudiskurinn er meyr.

Hrærð egg með hörpuskel og kryddjurtum

fyrir 4 manns

225 g / 8 oz af skurnuðum hörpuskel

30 ml / 2 matskeiðar hakkað ferskt kóríander

4 þeytt egg

15 ml / 1 matskeið hrísgrjónavín eða þurrt sherry

salt og nýmalaður pipar

15 ml / 1 matskeið hnetuolía

Setjið hörpuskelina í gufugufu og látið gufa í um 3 mínútur þar til þær eru fulleldaðar, fer eftir stærð. Takið úr gufunni og stráið kóríander yfir. Þeytið eggin saman við vínið eða sherryið og smakkið til með salti og pipar. Bætið við hörpuskel og kóríander. Hitið olíuna og steikið egg- og hörpudiskblönduna, hrærið stöðugt í, þar til eggin hafa stífnað. Berið fram strax.

Hörpuskel og steiktur laukur

fyrir 4 manns

45 ml / 3 matskeiðar af hnetu (hnetu) olíu

1 sneið laukur

450 g/1 lb afskorin hörpuskel, skorin í fjórða

salt og nýmalaður pipar

15 ml / 1 matskeið hrísgrjónavín eða þurrt sherry

Hitið olíuna og steikið laukinn þar til hann er visnaður. Bætið hörpuskelinni út í og steikið þar til þær eru ljósbrúnar. Kryddið með salti og pipar, stráið víni eða sherry yfir og berið fram strax.

Hörpuskel með grænmeti

fyrir 4'6

4 þurrkaðir kínverskir sveppir

2 laukar

30 ml / 2 matskeiðar hnetuolía

3 sellerístilkar, skornir á ská

225 g/8 oz grænar baunir, sneiðar á ská

10 ml / 2 tsk rifin engiferrót

1 pressaður hvítlauksgeiri

20 ml / 4 tsk maísmjöl (maissterkja)

250 ml / 8 fl oz / 1 bolli kjúklingakraftur

30 ml / 2 msk hrísgrjónavín eða þurrt sherry

30 ml / 2 msk sojasósa

450 g/1 lb afskorin hörpuskel, skorin í fjórða

6 graslaukur (laukur), skorinn í sneiðar

425 g / 15 oz niðursoðnir maískolar

Leggið sveppina í bleyti í volgu vatni í 30 mínútur og tæmdu síðan. Fargið stilkunum og skerið toppana af. Skerið laukinn í báta og aðskilið lögin. Hitið olíuna og steikið laukinn, selleríið, baunirnar, engiferið og hvítlaukinn í 3 mínútur. Blandið maísmjölinu saman við smá seyði og blandið svo saman við afganginn af soðinu, víni eða sherry og sojasósu. Bætið í wok og látið suðuna koma upp, hrærið. Bætið sveppunum, hörpuskelinni, lauknum og maísnum út í og steikið í um 5 mínútur þar til hörpuskelin eru mjúk.

Hörpuskel með papriku

fyrir 4 manns

30 ml / 2 matskeiðar hnetuolía

3 graslaukur (laukur), saxaður

1 pressaður hvítlauksgeiri

2 sneiðar af engiferrót, saxaðar

2 rauðar paprikur, skornar í teninga

450 g / 1 pund skurn hörpuskel

30 ml / 2 msk hrísgrjónavín eða þurrt sherry

15 ml / 1 matskeið sojasósa

15 ml / 1 msk gul baunasósa

5 ml / 1 teskeið af sykri

5 ml / 1 tsk sesamolía

Hitið olíuna og steikið graslauk, hvítlauk og engifer í 30 sekúndur. Bætið paprikunni út í og steikið í 1 mínútu. Bætið hörpuskelinni út í og steikið í 30 sekúndur, bætið svo afganginum út í og eldið í um 3 mínútur þar til hörpuskelin eru mjúk.

Smokkfiskur með baunaspírum

fyrir 4 manns

450 g / 1 pund af smokkfiski

30 ml / 2 matskeiðar hnetuolía

15 ml / 1 matskeið hrísgrjónavín eða þurrt sherry

100 g / 4 oz baunaspírur

15 ml / 1 matskeið sojasósa

salt

1 rauður chilli, rifinn

2 sneiðar af engiferrót, rifnar

2 graslaukur (laukur), rifinn

Fjarlægðu höfuðið, innyflin og himnuna af smokkfiskinum og skerðu hann í stóra bita. Skerið þvers og kruss mynstur á hvert stykki. Sjóðið pönnu með vatni, bætið smokkfiskinum út í og eldið við vægan hita þar til bitunum er rúllað upp, takið út og látið renna af. Hitið helminginn af olíunni og steikið smokkfiskinn hratt. Stráið víni eða sherry yfir. Hitið olíuna sem eftir er á meðan og steikið baunaspírurnar þar til þær eru mjúkar. Kryddið með sojasósu og salti. Raðið paprikunni, engiferinu og graslauknum í kringum framreiðsludisk. Staflaðu baunaspírunum í miðjuna og toppaðu með smokkfiskinum. Berið fram í einu.

steiktur smokkfiskur

fyrir 4 manns

50 g / 2 oz af alhliða hveiti

25 g / 1 oz / ¬° bolli maíssterkja (maíssterkja)

2,5 ml / ¬Ω teskeið lyftiduft

2,5 ml / ¬Ω teskeið salt

1 egg

75 ml / 5 matskeiðar af vatni

15 ml / 1 matskeið hnetuolía

450 g / 1 pund smokkfiskur, skorinn í hringa

steikingarolíu

Blandið saman hveiti, maíssterkju, geri, salti, eggi, vatni og olíu til að mynda deig. Dýfðu smokkfiskinum í deigið þar til það er vel húðað. Hitið olíuna og steikið smokkfiskinn nokkra bita í einu þar til hann er gullinn. Tæmið á eldhúspappír áður en það er borið fram.

smokkfiskpakkar

fyrir 4 manns

8 þurrkaðir kínverskir sveppir

450 g / 1 pund af smokkfiski

100g/4oz reykt skinka

100g / 4oz tofu

1 hrært egg

15 ml / 1 matskeið alhliða hveiti

2,5 ml / ¬Ω teskeið af sykri

2,5 ml / ¬Ω teskeið sesamolía

salt og nýmalaður pipar

8 wonton skinn

steikingarolíu

Leggið sveppina í bleyti í volgu vatni í 30 mínútur og tæmdu síðan. Fleygðu stilkunum. Skerið smokkfiskinn og skerið í 8 bita. Skerið skinkuna og tófúið í 8 bita. Setjið þær allar í skál. Blandið egginu saman við hveiti, sykur, sesamolíu, salti og pipar. Hellið hráefnunum í skálina og blandið varlega saman. Settu sveppahettu og bita af smokkfiski, skinku og tófúi rétt fyrir neðan miðju hvers wontonhýði. Brjótið inn neðra hornið, brjótið inn hliðarnar og rúllið upp, vættið brúnirnar með vatni til að þétta.

Hitið olíuna og steikið bitana í um 8 mínútur þar til þeir eru gullnir. Tæmið vel áður en borið er fram.

steiktar smokkfiskrúllur

fyrir 4 manns

45 ml / 3 matskeiðar af hnetu (hnetu) olíu

225 g / 8 oz af smokkfiskhringjum

1 stór græn paprika, skorin í bita

100g / 4oz bambussprotar, sneiddar

2 rauðlaukur (skál), smátt saxaður

1 sneið af engiferrót, smátt skorin

45 ml / 2 msk sojasósa

30 ml / 2 msk hrísgrjónavín eða þurrt sherry

15 ml / 1 matskeið maísmjöl (maissterkja)

15 ml / 1 msk fiskikraftur eða vatn

5 ml / 1 teskeið af sykri

5 ml / 1 tsk vínedik

5 ml / 1 tsk sesamolía

salt og nýmalaður pipar

Hitið 15 ml / 1 msk af olíu og steikið smokkfiskinn fljótt þar til hann er vel lokaður. Hitið á meðan afganginn af olíunni á sérstakri pönnu og steikið papriku, bambussprota, lauk og engifer í 2 mínútur. Bætið smokkfiskinum út í og steikið í 1 mínútu. Bætið sojasósu, víni eða sherry, maísmjöli, soði, sykri, vínediki og sesamolíu út í og kryddið með salti og pipar. Steikið þar til sósan skýrist og þykknar.

fyrir 4 manns

45 ml / 3 matskeiðar af hnetu (hnetu) olíu

3 vorlaukar (skál), þykkar sneiðar

2 sneiðar af engiferrót, saxaðar

450 g / 1 pund smokkfiskur, skorinn í bita

15 ml / 1 matskeið sojasósa

15 ml / 1 matskeið hrísgrjónavín eða þurrt sherry

5 ml / 1 tsk maísmjöl (maissterkja)

15 ml / 1 matskeið af vatni

Hitið olíuna og steikið graslauk og engifer þar til það er mjúkt. Bætið smokkfiskinum út í og steikið þar til hann er þakinn olíu. Bætið sojasósu og víni eða sherry út í, setjið lok á og eldið í 2 mínútur. Blandið maísmjölinu og vatni saman þar til það myndast deig, bætið á pönnuna og eldið við vægan hita, hrærið, þar til sósan hefur þyknað og smokkfiskurinn er mjúkur.

Smokkfiskur með þurrkuðum sveppum

fyrir 4 manns

50 g / 2 oz þurrkaðir kínverskir sveppir

450 g / 1 pund smokkfiskhringir

45 ml / 3 matskeiðar af hnetu (hnetu) olíu

45 ml / 3 matskeiðar af sojasósu

2 rauðlaukur (skál), smátt saxaður

1 sneið af engiferrót, saxuð

225 g / 8 oz bambussprotar, skornir í strimla

30 ml / 2 msk maísmjöl (maissterkja)

150 ml / ¬° pt / rausnarlegur ¬Ω bolli af fiskikrafti

Leggið sveppina í bleyti í volgu vatni í 30 mínútur og tæmdu síðan. Fargið stilkunum og skerið toppana af. Blasaðu smokkfiskinn í nokkrar sekúndur í sjóðandi vatni. Hitið olíuna, bætið sveppum, sojasósu, skalottlaukum og engifer út í og steikið í 2 mínútur. Bætið smokkfiskinum og bambussprotunum út í og steikið í 2 mínútur. Blandið saman maísmjöli og seyði og hrærið á pönnunni. Eldið við lágan hita, hrærið í, þar til sósan léttist og þykknar.

Smokkfiskur með grænmeti

fyrir 4 manns

45 ml / 3 matskeiðar af hnetu (hnetu) olíu

1 sneið laukur

5 ml / 1 teskeið af salti

450 g / 1 pund smokkfiskur, skorinn í bita

100g / 4oz bambussprotar, sneiddar

2 sellerístilkar, skornir á ská

60 ml / 4 matskeiðar af kjúklingakrafti

5 ml / 1 teskeið af sykri

100 g / 4 aura sykurbaunir

5 ml / 1 tsk maísmjöl (maissterkja)

15 ml / 1 matskeið af vatni

Hitið olíuna og steikið laukinn og saltið þar til það er léttbrúnað.

Bætið smokkfisknum út í og steikið þar til þeir eru baðaðir í olíu.

Bætið bambussprotunum og selleríinu út í og steikið í 3 mínútur.

Bætið við seyði og sykri, látið suðuna koma upp, setjið lok á og

eldið í 3 mínútur þar til grænmetið er meyrt. Bætið kálinu út í.

Blandið maísmjölinu og vatni saman í deig, hrærið á pönnunni

og eldið, hrærið, þar til sósan þykknar.

Soðið kjöt með anísfræi

fyrir 4 manns

30 ml / 2 matskeiðar hnetuolía

450g / 1lb flaka steik

1 pressaður hvítlauksgeiri

45 ml / 3 matskeiðar af sojasósu

15 ml / 1 matskeið af vatni

15 ml / 1 matskeið hrísgrjónavín eða þurrt sherry

5 ml / 1 teskeið af salti

5 ml / 1 teskeið af sykri

2 stjörnu anís negull

Hitið olíuna og steikið kjötið þar til það er brúnt á öllum hliðum. Bætið því sem eftir er af hráefnunum út í, látið suðuna koma upp, setjið lok á og eldið í um 45 mínútur, snúið svo kjötinu við, bætið við aðeins meira vatni og sojasósu ef kjötið er að þorna. Eldið í 45 mínútur í viðbót þar til kjötið er meyrt. Fargið stjörnuanísnum áður en það er borið fram.

Kalfakjöt með aspas

fyrir 4 manns

450 g / 1 pund filet mignon, í teningum

30 ml / 2 msk sojasósa

30 ml / 2 msk hrísgrjónavín eða þurrt sherry

45 ml / 3 msk maísmjöl (maissterkja)

45 ml / 3 matskeiðar af hnetu (hnetu) olíu

5 ml / 1 teskeið af salti

1 pressaður hvítlauksgeiri

350 g / 12 oz aspasspjót

120 ml / 4 fl oz / ¬Ω bolli kjúklingakraftur

15 ml / 1 matskeið sojasósa

Setjið steikina í skál. Blandið saman sojasósu, víni eða sherry og 30ml/2 msk maísmjöli, hellið yfir flakið og hrærið vel. Látið marinerast í 30 mínútur. Hitið olíuna með salti og hvítlauk og steikið þar til hvítlaukurinn er létt gullinn. Bætið kjötinu og marineringunni út í og steikið í 4 mínútur. Bætið aspasnum út í og steikið varlega í 2 mínútur. Bætið soðinu og sojasósunni út í, látið suðuna koma upp og eldið, hrærið í 3 mínútur þar til kjötið er eldað í gegn. Blandið því sem eftir er af maísmjölinu saman við aðeins meira vatn eða seyði og hrærið út í sósuna. Eldið við lágan hita, hrærið í, í nokkrar mínútur þar til sósan hefur léttst og þykknað.

Kjöt með bambussprotum

fyrir 4 manns

45 ml / 3 matskeiðar af hnetu (hnetu) olíu

1 pressaður hvítlauksgeiri

1 graslaukur (laukur), saxaður

1 sneið af engiferrót, saxuð

225 g / 8 oz magurt nautakjöt, skorið í strimla

100g / 4oz bambussprotar

45 ml / 3 matskeiðar af sojasósu

15 ml / 1 matskeið hrísgrjónavín eða þurrt sherry

5 ml / 1 tsk maísmjöl (maissterkja)

Hitið olíuna og steikið hvítlauk, graslauk og engifer þar til hann er ljósbrúnn. Bætið kjötinu út í og steikið í 4 mínútur þar til það er léttbrúnað. Bætið bambussprotunum út í og steikið í 3 mínútur. Bætið sojasósu, víni eða sherry og maíssterkju út í og steikið í 4 mínútur.

Kjöt með bambussprotum og sveppum

fyrir 4 manns

225 g / 8 oz af magru kjöti

45 ml / 3 matskeiðar af hnetu (hnetu) olíu

1 sneið af engiferrót, saxuð

100g / 4oz bambussprotar, sneiddar

100g / 4oz sveppir, sneiddir

45 ml / 3 matskeiðar hrísgrjónavín eða þurrt sherry

5 ml / 1 teskeið af sykri

10 ml / 2 teskeiðar af sojasósu

salt og pipar

120 ml / 4 fl oz / ¬Ω bolli nautakjötskraftur

15 ml / 1 matskeið maísmjöl (maissterkja)

30 ml / 2 matskeiðar af vatni

Skerið kjötið í þunnar sneiðar á móti trefjunum. Hitið olíuna og steikið engiferinn í nokkrar sekúndur. Bætið kjötinu út í og steikið þar til það er brúnt. Bætið bambussprotum og sveppum út í og steikið í 1 mínútu. Bætið víni eða sherry, sykri og sojasósu út í og kryddið með salti og pipar. Bætið soðinu út í, látið suðuna koma upp, setjið lok á og eldið í 3 mínútur. Blandið saman maísmjöli og vatni, hrærið í pönnunni og eldið, hrærið, þar til sósan þykknar.

Kínverskt roastbeef

fyrir 4 manns

45 ml / 3 matskeiðar af hnetu (hnetu) olíu

900 g / 2 punda sirloin steik

1 graslaukur (laukur), skorinn í sneiðar

1 hakkað hvítlauksrif

1 sneið af engiferrót, saxuð

60 ml / 4 matskeiðar af sojasósu

30 ml / 2 msk hrísgrjónavín eða þurrt sherry

5 ml / 1 teskeið af sykri

5 ml / 1 teskeið af salti

klípa af pipar

750 ml / 1. punktur / 3 bollar af sjóðandi vatni

Hitið olíuna og brúnið kjötið fljótt á öllum hliðum. Bætið við graslauk, hvítlauk, engifer, sojasósu, víni eða sherry, sykri, salti og pipar. Látið suðuna koma upp, hrærið. Bætið sjóðandi vatni út í, látið suðuna koma upp aftur, hrærið, setjið lok á og eldið í um 2 klukkustundir þar til kjötið er meyrt.

Baunaspíra kjöt

fyrir 4 manns

450 g / 1 lb magurt nautakjöt, sneið

1 eggjahvíta

30 ml / 2 matskeiðar hnetuolía

15 ml / 1 matskeið maísmjöl (maissterkja)

15 ml / 1 matskeið sojasósa

100 g / 4 oz baunaspírur

25 g/1 oz súrsað hvítkál, saxað

1 rauður chilli, rifinn

2 graslaukur (laukur), rifinn

2 sneiðar af engiferrót, rifnar

salt

5 ml / 1 tsk ostrusósa

5 ml / 1 tsk sesamolía

Blandið kjötinu saman við eggjahvítuna, helminginn af olíunni, maíssterkju og sojasósu og látið standa í 30 mínútur. Blasaðu baunaspírurnar í sjóðandi vatni í um það bil 8 mínútur þar til þær eru næstum mjúkar og skolaðu síðan af. Hitið olíuna sem eftir er og steikið kjötið þar til það er léttbrúnað, takið af pönnunni. Bætið súrsuðu káli, chilipipar, engifer, salti, ostrusósu og sesamolíu út í og steikið í 2 mínútur. Bætið baunaspírunum út í og steikið í 2 mínútur. Setjið kjötið aftur á pönnuna og steikið þar til það er vel blandað og hitað í gegn. Berið fram í einu.

Nautakjöt Með Spergilkál

fyrir 4 manns

450 g / 1 pund filet mignon, þunnar sneiðar

30 ml / 2 msk maísmjöl (maissterkja)

15 ml / 1 matskeið hrísgrjónavín eða þurrt sherry

15 ml / 1 matskeið sojasósa

30 ml / 2 matskeiðar hnetuolía

5 ml / 1 teskeið af salti

1 pressaður hvítlauksgeiri

225 g / 8 oz spergilkál

150 ml / ¬° pt / rausnarlegt ¬Ω bolli nautakraftur

Setjið steikina í skál. Blandið 15 ml / 1 matskeið af maísmjöli saman við vín eða sherry og sojasósu, bætið við kjötið og látið marinerast í 30 mínútur. Hitið olíuna með salti og hvítlauk og steikið þar til hvítlaukurinn er létt gullinn. Bætið steikinni og marineringunni út í og steikið í 4 mínútur. Bætið spergilkálinu út í og steikið í 3 mínútur. Bætið soðinu út í, látið suðuna koma upp, setjið lok á og eldið í 5 mínútur þar til spergilkálið er mjúkt en samt stökkt. Blandið því sem eftir er af maísmjölinu saman við smá vatn og hrærið út í sósuna. Eldið við lágan hita, hrærið þar til sósan er létt og þykk.

Kjöt með sesamfræjum og brokkolí

fyrir 4 manns

150 g/5 oz magurt nautakjöt, þunnt sneið

2,5 ml / ¬Ω teskeið ostrusósa

5 ml / 1 tsk maísmjöl (maissterkja)

5 ml / 1 tsk hvítvínsedik

60 ml / 4 matskeiðar af hnetuolíu

100 g spergilkál

5 ml / 1 tsk fiskisósa

2,5 ml / ¬Ω teskeið sojasósa

250 ml / 8 fl oz / 1 bolli nautakraftur

30 ml / 2 msk sesamfræ

Marinerið kjötið með ostrusósunni, 2,5 ml/¬Ω tsk maísmjöl, 2,5 ml/¬Ω tsk vínedik og 15 ml/1 msk olíu í 1 klst.

Á meðan skaltu hita 15 ml/1 msk olíu, bæta við spergilkáli, 2,5 ml/¬Ω tsk fiskisósu, sojasósu og vínedikinu sem eftir er og hylja með sjóðandi vatni. Eldið við vægan hita í um 10 mínútur þar til það er mjúkt.

Hitið 30 ml / 2 matskeiðar af olíu á sérstakri pönnu og steikið kjötið stuttlega þar til það er brúnt. Bætið soðinu, afganginum af maísmjöli og fiskisósu út í, látið suðuna koma upp, setjið lok á og eldið í um 10 mínútur þar til kjötið er meyrt. Tæmið spergilkálið og setjið á heitan disk. Toppið með kjötinu og stráið sesamfræjum yfir ríkulega.

Roast beef

fyrir 4 manns

450 g / 1 pund halla steik, sneið

60 ml / 4 matskeiðar af sojasósu

2 hvítlauksrif, söxuð

5 ml / 1 teskeið af salti

2,5 ml / ¬Ω teskeið nýmalaður pipar

10 ml / 2 tsk af sykri

Blandið öllu hráefninu saman og látið malla í 3 klst. Steikið eða steikið (steikt) á heitu grilli í um það bil 5 mínútur á hvorri hlið.

Kantónskt nautakjöt

fyrir 4 manns

30 ml / 2 msk maísmjöl (maissterkja)
2 þeyttar eggjahvítur
450 g / 1 pund nautakjöt, skorið í strimla
steikingarolíu
4 sellerístilkar, skornir í sneiðar
2 sneiðar laukar
60 ml / 4 matskeiðar af vatni
20 ml / 4 teskeiðar af salti
75 ml / 5 matskeiðar af sojasósu
60 ml / 4 msk hrísgrjónavín eða þurrt sherry
30 ml / 2 matskeiðar af sykri
nýmalaður pipar

Blandið helmingnum af maíssterkjunni saman við eggjahvíturnar.
Bætið steikinni út í og blandið saman til að hjúpa kjötið með
deiginu. Hitið olíuna og steikið steikina þar til hún er gullin.
Takið af pönnunni og látið renna af á eldhúspappír. Hitið 15 ml /
1 msk olíu og steikið sellerí og lauk í 3 mínútur. Bætið kjötinu,
vatni, salti, sojasósu, víni eða sherry og sykri út í og kryddið með
pipar. Látið suðuna koma upp og eldið, hrærið í, þar til sósan
þykknar.

Kalfakjöt með gulrótum

fyrir 4 manns

30 ml / 2 matskeiðar hnetuolía

450 g / 1 lb magurt nautakjöt, í teningum

2 graslaukur (laukur), skorinn í sneiðar

2 hvítlauksrif, söxuð

1 sneið af engiferrót, saxuð

250 ml / 8 fl oz / 1 bolli sojasósa

30 ml / 2 msk hrísgrjónavín eða þurrt sherry

30 ml / 2 matskeiðar af púðursykri

5 ml / 1 teskeið af salti

600 ml / 1 pt / 2 Ω bollar af vatni

4 gulrætur, skornar á ská

Hitið olíuna og steikið kjötið þar til það er léttbrúnað. Tæmið umfram olíu og bætið við graslauk, hvítlauk, engifer og steiktum anís í 2 mínútur. Bætið við sojasósu, víni eða sherry, sykri og salti og blandið vel saman. Bætið við vatni, látið suðuna koma upp, setjið lok á og eldið í 1 klst. Bætið gulrótunum út í, setjið lok á og eldið í 30 mínútur í viðbót. Takið lokið af og látið malla þar til sósan minnkar.

Kjöt með kasjúhnetum

fyrir 4 manns

60 ml / 4 matskeiðar af hnetuolíu

450 g / 1 pund filet mignon, þunnar sneiðar

8 graslaukur (laukur), skorinn í bita

2 hvítlauksrif, söxuð

1 sneið af engiferrót, saxuð

75 g / 3 oz / ¬æ bolli ristaðar kasjúhnetur

120 ml / 4 fl oz / ¬Ω bolli af vatni

20 ml / 4 tsk maísmjöl (maissterkja)

20 ml / 4 teskeiðar af sojasósu

5 ml / 1 tsk sesamolía

5 ml / 1 tsk ostrusósa

5 ml / 1 tsk chilisósa

Hitið helminginn af olíunni og steikið kjötið þar til það er léttbrúnað. Takið úr ísskápnum. Hitið olíuna sem eftir er og steikið graslauk, hvítlauk, engifer og kasjúhnetur í 1 mínútu. Setjið kjötið aftur á pönnuna. Blandið afganginum saman og hrærið blöndunni út í pönnuna. Látið suðuna koma upp og eldið, hrærið í, þar til blandan þykknar.

127

Slow cooker kjötpottréttur

fyrir 4 manns

30 ml / 2 matskeiðar hnetuolía

450g / 1lb soðið nautakjöt, í teningum

3 sneiðar af engiferrót, saxaðar

3 sneiðar gulrætur

1 hægelduð rófa

15ml/1 msk svartar döðlur, grýttar

15 ml / 1 matskeið lótusfræ

30 ml / 2 msk tómatmauk (mauk)

10 ml / 2 matskeiðar af salti

900 ml / 1¬Ω pts / 3¬æ bollar nautakraftur

250 ml / 1 bolli hrísgrjónavín eða þurrt sherry

Hitið olíuna í stórri eldfastri pönnu eða pönnu og steikið kjötið
þar til það er brúnt á öllum hliðum.

Kjöt með blómkáli

fyrir 4 manns

225 g / 8 oz blómkálsblóm

steikingarolíu

225 g / 8 oz nautakjöt, skorið í strimla

50 g / 2 oz bambussprotar, skornir í strimla

10 vatnskastaníur, skornar í strimla

120 ml / 4 fl oz / ¬Ω bolli kjúklingakraftur

15 ml / 1 matskeið sojasósa

15 ml / 1 msk ostrusósa

15 ml / 1 matskeið tómatmauk (mauk)

15 ml / 1 matskeið maísmjöl (maíssterkja)

2,5 ml / ¬Ω teskeið sesamolía

Sjóðið blómkálið í 2 mínútur í sjóðandi vatni og látið renna af. Hitið olíuna og steikið blómkálið þar til það er léttbrúnað. Takið af og látið renna af á eldhúspappír. Hitið olíuna aftur og steikið kjötið þar til það er orðið léttbrúnað, takið út og látið renna af. Hellið öllu út í nema 15ml/1 msk af olíu og steikið bambussprotana og vatnskastaníuna í 2 mínútur. Bætið afganginum út í, látið suðuna koma upp og eldið, hrærið, þar til sósan þyknar. Setjið kjötið og blómkálið aftur á pönnuna og hitið varlega aftur. Berið fram í einu.

Kalfakjöt með sellerí

fyrir 4 manns

100 g sellerí, skorið í strimla

45 ml / 3 matskeiðar af hnetu (hnetu) olíu

2 graslaukur (laukur), saxaður

1 sneið af engiferrót, saxuð

225 g / 8 oz magurt nautakjöt, skorið í strimla

30 ml / 2 msk sojasósa

30 ml / 2 msk hrísgrjónavín eða þurrt sherry

2,5 ml / ¬Ω teskeið af sykri

2,5 ml / ¬Ω teskeið salt

Blasaðu selleríið í sjóðandi vatni í 1 mínútu og skolaðu síðan vel af. Hitið olíuna og steikið laukinn og engiferið þar til það er léttbrúnað. Bætið kjötinu út í og steikið í 4 mínútur. Bætið selleríinu út í og steikið í 2 mínútur. Bætið við sojasósu, víni eða sherry, sykri og salti og steikið í 3 mínútur.

Steiktar kjötsneiðar með sellerí

fyrir 4 manns

30 ml / 2 matskeiðar hnetuolía

450 g / 1 lb magurt nautakjöt, sneið

3 sellerístilkar, rifnir

1 laukur, rifinn

1 graslaukur (laukur), skorinn í sneiðar

1 sneið af engiferrót, saxuð

30 ml / 2 msk sojasósa

15 ml / 1 matskeið hrísgrjónavín eða þurrt sherry

2,5 ml / ¬Ω teskeið af sykri

2,5 ml / ¬Ω teskeið salt

10 ml / 2 tsk maísmjöl (maissterkja)

30 ml / 2 matskeiðar af vatni

Hitið helminginn af olíunni þar til hún er mjög heit og steikið kjötið í 1 mínútu þar til það er gullið. Takið úr ísskápnum. Hitið olíuna sem eftir er og steikið sellerí, lauk, graslauk og engifer þar til það er aðeins mjúkt. Setjið kjötið aftur á pönnuna með sojasósu, víni eða sherry, sykri og salti, látið suðuna koma upp og steikið að hita. Blandið saman maísmjöli og vatni, hrærið í pönnunni og eldið þar til sósan þykknar. Berið fram í einu.

Rift nautakjöt með kjúklingi og sellerí

fyrir 4 manns

4 þurrkaðir kínverskir sveppir

131

45 ml / 3 matskeiðar af hnetu (hnetu) olíu

2 hvítlauksrif, söxuð

1 engiferrót, skorin í sneiðar, saxuð

5 ml / 1 teskeið af salti

100 g/4 oz magurt nautakjöt, skorið í strimla

100 g / 4 oz kjúklingur, skorinn í strimla

2 gulrætur, skornar í strimla

2 sellerístilkar, skornir í strimla

4 graslaukur (laukur), skorinn í strimla

5 ml / 1 teskeið af sykri

5 ml / 1 tsk sojasósa

5 ml / 1 tsk hrísgrjónavín eða þurrt sherry

45 ml / 3 matskeiðar af vatni

5 ml / 1 tsk maísmjöl (maissterkja)

Leggið sveppina í bleyti í volgu vatni í 30 mínútur og tæmdu síðan. Fargið stilkunum og saxið toppana. Hitið olíuna og steikið hvítlauk, engifer og salt þar til það er léttbrúnað. Bætið kjötinu og kjúklingnum út í og steikið þar til það er brúnt. Bætið selleríinu, graslauknum, sykri, sojasósu, víni eða sherry og vatni út í og látið suðuna koma upp. Lokið og eldið í um 15 mínútur, þar til kjötið er meyrt. Blandið maísmjölinu saman við smá vatn, blandið því saman við sósuna og eldið, hrærið, þar til sósan þykknar.

Nautakjöt með Chile

fyrir 4 manns

450 g / 1 pund filet mignon, skorið í strimla

45 ml / 3 matskeiðar af sojasósu

15 ml / 1 matskeið hrísgrjónavín eða þurrt sherry

15 ml / 1 matskeið púðursykur

15 ml / 1 matskeið smátt skorin engiferrót

30 ml / 2 matskeiðar hnetuolía

50 g / 2 oz bambussprotar, skornir í stangir

1 laukur skorinn í strimla

1 sellerístilkur, skorinn í eldspýtustangir

2 rauðar paprikur, fræhreinsaðar og skornar í strimla

120 ml / 4 fl oz / ¬Ω bolli kjúklingakraftur

15 ml / 1 matskeið maísmjöl (maissterkja)

Setjið steikina í skál. Blandið saman sojasósu, víni eða sherry, sykri og engifer og hrærið í steik. Látið marinerast í 1 klst. Fjarlægðu steikina úr marineringunni. Hitið helminginn af olíunni og steikið bambussprotana, laukinn, selleríið og piparinn í 3 mínútur og takið síðan af pönnunni. Hitið afganginn af olíunni og steikið steikina í 3 mínútur. Bætið marineringunni út í, látið suðuna koma upp og bætið steiktu grænmetinu út í. Eldið við lágan hita, hrærið í, í 2 mínútur. Blandið soðinu og maísmjölinu saman og bætið á pönnuna. Látið suðuna koma upp og eldið, hrærið í, þar til sósan hefur léttst og þyknað.

fyrir 4 manns

225 g / 8 oz af magru kjöti

30 ml / 2 matskeiðar hnetuolía

350 g / 12 oz bok choy, rifinn

120 ml / 4 fl oz / ¬Ω bolli nautakjötskraftur

salt og nýmalaður pipar

10 ml / 2 tsk maísmjöl (maissterkja)

30 ml / 2 matskeiðar af vatni

Skerið kjötið í þunnar sneiðar á móti trefjunum. Hitið olíuna og steikið kjötið þar til það er gullið. Bætið bok choy út í og steikið þar til það mýkist aðeins. Bætið soðinu út í, látið suðuna koma upp og kryddið með salti og pipar. Lokið og eldið í 4 mínútur þar til kjötið er meyrt. Blandið saman maísmjöli og vatni, hrærið í pönnunni og eldið, hrærið, þar til sósan þykknar.

Nautakjöt Suey

fyrir 4 manns

3 sellerístilkar, skornir í sneiðar

100 g / 4 oz baunaspírur

100 g spergilkál

60 ml / 4 matskeiðar af hnetuolíu

3 graslaukur (laukur), saxaður

2 hvítlauksrif, söxuð

1 sneið af engiferrót, saxuð

225 g / 8 oz magurt nautakjöt, skorið í strimla

45 ml / 3 matskeiðar af sojasósu

15 ml / 1 matskeið hrísgrjónavín eða þurrt sherry

5 ml / 1 teskeið af salti

2,5 ml / ¬Ω teskeið af sykri

nýmalaður pipar

15 ml / 1 matskeið maísmjöl (maissterkja)

Selleríið, baunaspírurnar og spergilkálið eru skolaðar í sjóðandi vatni í 2 mínútur, síðan skolað af og þurrkað. Hitið 45 ml / 3 matskeiðar af olíu og steikið graslauk, hvítlauk og engifer þar til hann er ljósbrúnn. Bætið kjötinu út í og steikið í 4 mínútur. Takið úr ísskápnum. Hitið olíuna sem eftir er og steikið grænmetið í 3 mínútur. Bætið kjötinu, sojasósunni, víni eða sherry, salti, sykri

137

og smá pipar út í og steikið í 2 mínútur. Blandið maísmjölinu saman við smá vatn, hrærið á pönnunni og eldið, hrærið, þar til sósan hefur léttst og þykknað.

Kalfakjöt með gúrku

fyrir 4 manns

450 g / 1 pund filet mignon, þunnar sneiðar

45 ml / 3 matskeiðar af sojasósu

30 ml / 2 msk maísmjöl (maissterkja)

60 ml / 4 matskeiðar af hnetuolíu

2 gúrkur, skrældar, fræhreinsaðar og skornar í sneiðar

60 ml / 4 matskeiðar af kjúklingakrafti

30 ml / 2 msk hrísgrjónavín eða þurrt sherry

salt og nýmalaður pipar

Setjið steikina í skál. Blandið saman sojasósu og maísmjöli og bætið út í steik. Látið marinerast í 30 mínútur. Hitið helminginn af olíunni og steikið gúrkurnar í 3 mínútur þar til þær verða ógagnsæjar, takið þær síðan af pönnunni. Hitið afganginn af olíunni og steikið steikina þar til hún er gullin. Bætið gúrkunum út í og steikið í 2 mínútur. Bætið soði, víni eða sherry út í og kryddið með salti og pipar. Látið suðu koma upp, hyljið og eldið í 3 mínútur.

Beef Chow Mein

fyrir 4 manns

750 g / 1 ¬Ω lb filet mignon

2 laukar

45 ml / 3 matskeiðar af sojasósu

45 ml / 3 matskeiðar hrísgrjónavín eða þurrt sherry

15 ml / 1 matskeið hnetusmjör

5 ml / 1 tsk sítrónusafi

350 g / 12 oz af eggjanúðlum

60 ml / 4 matskeiðar af hnetuolíu

175 ml / 6 fl oz / ¬æ bolli kjúklingakraftur

15 ml / 1 matskeið maísmjöl (maissterkja)

30 ml / 2 matskeiðar ostrusósa

4 graslaukur (laukur), saxaður

3 sellerístilkar, skornir í sneiðar

100g / 4oz sveppir, sneiddir

1 græn paprika skorin í strimla

100 g / 4 oz baunaspírur

Skerið og fleygið fitunni úr kjötinu. Skerið meðfram korninu í þunnar sneiðar. Skerið laukinn í báta og aðskilið lögin. Blandið 15 ml / 1 matskeið af sojasósu saman við 15 ml / 1 matskeið af víni eða sherry, hnetusmjörinu og sítrónusafanum. Bætið kjötinu út í, setjið lok á og látið hvíla í 1 klst. Sjóðið núðlurnar í sjóðandi vatni í um það bil 5 mínútur eða þar til þær eru meyrar. Þurrkaðu vel. Hitið 15 ml / 1 skeið af olíu, bætið við 15 ml / 1 skeið af sojasósu og núðlunum og steikið í 2 mínútur þar til þær eru ljósbrúnar. Færið yfir á heitan disk.

Blandið afganginum af sojasósunni og víni eða sherry saman við seyði, maísmjöl og ostrusósu. Hitið 15 ml / 1 matskeið af olíu og steikið laukinn í 1 mínútu. Bætið selleríinu, sveppunum, piparnum og baunaspírunum út í og steikið í 2 mínútur. Takið úr wokinu. Hitið olíuna sem eftir er og steikið kjötið þar til það er gullið. Bætið seyðiblöndunni út í, látið suðuna koma upp, setjið lok á og eldið í 3 mínútur. Setjið grænmetið aftur í wokið og eldið, hrærið í, í um það bil 4 mínútur þar til það er heitt. Hellið blöndunni yfir núðlurnar og berið fram.

gúrkuflök

fyrir 4 manns

450 g / 1 pund af filet mignon

10 ml / 2 tsk maísmjöl (maissterkja)

10 ml / 2 teskeiðar af salti

2,5 ml / ¬Ω teskeið nýmalaður pipar

90 ml / 6 matskeiðar af hnetu (hnetu) olíu

1 laukur smátt saxaður

1 agúrka, afhýdd og skorin í sneiðar

120 ml / 4 fl oz / ¬Ω bolli nautakjötskraftur

Skerið flakið í strimla og síðan í þunnar sneiðar á móti trefjunum. Setjið í skál og bætið við maíssterkju, salti, pipar og helmingi olíunnar. Látið marinerast í 30 mínútur. Hitið olíuna sem eftir er og steikið kjötið og laukinn þar til það er léttbrúnt. Bætið gúrkunum og seyði út í, látið suðuna koma upp, setjið lok á og eldið í 5 mínútur.

roastbeef karrý

fyrir 4 manns

45 ml / 3 matskeiðar af smjöri

15 ml / 1 matskeið karrýduft

45 ml / 3 matskeiðar venjulegt hveiti (allur tilgangur)

375 ml / 13 fl oz / 1 Ω bollar af mjólk

15 ml / 1 matskeið sojasósa

salt og nýmalaður pipar

450 g / 1 pund af soðnu nautakjöti, hakkað

100g / 4oz af ertum

2 gulrætur, saxaðar

2 saxaðir laukar

225 g / 8 oz langkorna hrísgrjón, soðin, heit

1 harðsoðið egg (soðið), skorið í sneiðar

Bræðið smjörið, bætið karrýduftinu og hveitinu út í og eldið í 1 mínútu. Bætið mjólkinni og sojasósunni út í, látið suðuna koma upp og eldið, hrærið í, í 2 mínútur. Kryddið með salti og pipar. Bætið kjötinu, ertum, gulrótum og lauk saman við og blandið vel saman við sósuna. Bætið hrísgrjónunum við, flytjið blönduna yfir á ofnplötu og bakið í forhituðum ofni við 200°C / 400°F / gasmark 6 í 20 mínútur þar til grænmetið er meyrt. Berið fram skreytt með sneiðum af soðnu eggi.

Skinku og kastaníueggjakaka

2 skammtar

30 ml / 2 matskeiðar hnetuolía

1 saxaður laukur

1 pressaður hvítlauksgeiri

50 g / 2 oz af söxuðu skinku

50 g / 2 oz vatnskastaníur, saxaðar

15 ml / 1 matskeið sojasósa

50g/2oz cheddar ostur

3 þeytt egg

Hitið helminginn af olíunni og steikið laukinn, hvítlaukinn, skinkuna, vatnskastaníuna og sojasósu þar til þær eru ljósbrúnar. Takið þær af pönnunni. Hitið olíuna sem eftir er, bætið eggjunum út í og setjið eggið í miðjuna þegar það byrjar að harðna, svo hráa eggið geti runnið undir. Þegar eggið er tilbúið er skinkublöndunni hellt í annan helminginn af tortillunni, osturinn settur yfir og hinn helmingurinn af tortillunni blandað saman við. Lokið og eldið í 2 mínútur, snúið síðan við og eldið í aðrar 2 mínútur þar til þær eru gullnar.

eggjakaka með humri

fyrir 4 manns

4 egg

salt og nýmalaður pipar

30 ml / 2 matskeiðar hnetuolía

3 graslaukur (laukur), saxaður

100 g / 4 oz humarkjöt, hakkað

Þeytið eggin létt og kryddið með salti og pipar. Hitið olíuna og steikið vorlaukinn í 1 mínútu. Bætið humrinum út í og hrærið þar til hann er húðaður með olíu. Hellið eggjunum á pönnuna og hallið pönnunni þannig að eggið hjúpi yfirborðið. Lyftið brúnum tortillunnar þegar verið er að setja eggin svo hráa eggið geti runnið undir. Eldið þar til það er tilbúið, blandið síðan í tvennt og berið fram í einu.

ostruseggjakaka

fyrir 4 manns

4 egg

120 ml / 4 fl oz / ½ bolli mjólk

12 skurnar ostrur

3 graslaukur (laukur), saxaður

salt og nýmalaður pipar

30 ml / 2 matskeiðar hnetuolía

50 g/2 oz magurt svínakjöt, rifið

50 g / 2 oz sveppir, sneiddir

50 g / 2 oz bambussprotar, sneiðar

Þeytið eggin létt saman við mjólk, ostrur, graslauk, salti og pipar. Hitið olíuna og steikið svínakjötið þar til það er léttbrúnað. Bætið sveppunum og bambussprotunum út í og steikið í 2 mínútur. Hellið eggjablöndunni í pönnuna og eldið, lyftið brúnum eggjakökunnar á meðan eggin eru stífuð svo hráa eggið geti runnið undir. Eldið þar til það er tilbúið, brjótið síðan í tvennt, snúið tortillunni við og eldið þar til hún er ljósbrúnt á hinni hliðinni. Berið fram í einu.

rækjueggjakaka

fyrir 4 manns

4 egg

15 ml / 1 matskeið hrísgrjónavín eða þurrt sherry

salt og nýmalaður pipar

30 ml / 2 matskeiðar hnetuolía

1 sneið af engiferrót, saxuð

225 g / 8 aura afhýddar rækjur

Þeytið eggin létt saman við vínið eða sherryið og kryddið með salti og pipar. Hitið olíuna og steikið engiferinn þar til hann er ljósbrúnn. Bætið rækjunum út í og hrærið þar til þær eru húðaðar með olíu. Hellið eggjunum á pönnuna og hallið pönnunni þannig að eggið hjúpi yfirborðið. Lyftið brúnum tortillunnar þegar verið er að setja eggin svo hráa eggið geti runnið undir. Eldið þar til það er tilbúið, blandið síðan í tvennt og berið fram í einu.

Eggjakaka með hörpuskel

fyrir 4 manns

4 egg

5 ml / 1 tsk sojasósa

salt og nýmalaður pipar

30 ml / 2 matskeiðar hnetuolía

3 graslaukur (laukur), saxaður

225 g / 8 oz hörpuskel, helminguð

Þeytið eggin létt saman við sojasósuna og kryddið með salti og pipar. Hitið olíuna og steikið graslaukinn þar til hann er ljósbrúnn. Bætið hörpuskeljunum út í og steikið í 3 mínútur. Hellið eggjunum á pönnuna og hallið pönnunni þannig að eggið hjúpi yfirborðið. Lyftið brúnum tortillunnar þegar verið er að setja eggin svo hráa eggið geti runnið undir. Eldið þar til það er tilbúið, blandið síðan í tvennt og berið fram í einu.

Eggjakaka með Tofu

fyrir 4 manns

4 egg

salt og nýmalaður pipar

30 ml / 2 matskeiðar hnetuolía

225g / 8oz tofu, saxað

Þeytið eggin létt og kryddið með salti og pipar. Hitið olíuna, bætið tófúinu út í og steikið þar til það er heitt. Hellið eggjunum á pönnuna og hallið pönnunni þannig að eggið hjúpi yfirborðið. Lyftu brúnum tortillunnar þegar verið er að setja eggin svo hráa eggið fari undir. Eldið þar til það er tilbúið, blandið síðan í tvennt og berið fram í einu.

Fyllt svínatortilla

fyrir 4 manns

50 g / 2 oz baunaspírur

60 ml / 4 matskeiðar af hnetuolíu

225g / 8oz magurt svínakjöt, í teningum

3 graslaukur (laukur), saxaður

1 saxaður sellerístilkur

15 ml / 1 matskeið sojasósa

5 ml / 1 teskeið af sykri

4 létt þeytt egg

salt

Blasaðu baunaspírurnar í sjóðandi vatni í 3 mínútur og tæmdu síðan vel. Hitið helminginn af olíunni og steikið svínakjötið þar til það er léttbrúnað. Bætið graslauknum og selleríinu út í og steikið í 1 mínútu. Bætið sojasósu og sykri út í og steikið í 2 mínútur. Takið úr ísskápnum. Kryddið þeytt eggin með salti. Hitið olíuna sem eftir er og hellið eggjunum á pönnuna, hallið pönnunni þannig að eggið hjúpi yfirborðið. Lyftið brúnum tortillunnar þegar verið er að setja eggin svo hráa eggið geti runnið undir. Setjið fyllinguna í miðja tortilluna og brjótið í tvennt. Eldið þar til það er tilbúið og berið svo fram.

Rækjufyllt tortilla

fyrir 4 manns

30 ml / 2 matskeiðar hnetuolía

2 sellerístilkar, saxaðir

2 graslaukur (laukur), saxaður

225 g / 8 oz afhýddar rækjur, helmingaðar

4 létt þeytt egg

salt

Hitið helminginn af olíunni og steikið selleríið og laukinn þar til það er léttbrúnað. Bætið rækjunum út í og steikið þar til þær eru mjög heitar. Takið úr ísskápnum. Kryddið þeytt eggin með salti. Hitið olíuna sem eftir er og hellið eggjunum á pönnuna, hallið pönnunni þannig að eggið hjúpi yfirborðið. Lyftið brúnum tortillunnar þegar verið er að setja eggin svo hráa eggið geti runnið undir. Setjið fyllinguna í miðja tortilluna og brjótið í tvennt. Eldið þar til það er tilbúið og berið svo fram.

Gufusoðnar Tortilla rúllur með kjúklingafyllingu

fyrir 4 manns

4 létt þeytt egg

salt

15 ml / 1 matskeið hnetuolía

100 g / 4 oz eldaður kjúklingur, saxaður

2 sneiðar af engiferrót, saxaðar

1 saxaður laukur

120 ml / 4 fl oz / ½ bolli kjúklingakraftur

15 ml / 1 matskeið hrísgrjónavín eða þurrt sherry

Þeytið eggin og kryddið með salti. Hitið smá olíu og hellið fjórðungi af eggjunum út í, hallið svo blöndunni yfir pönnuna. Steikið þar til léttbrúnt á annarri hliðinni og látið hvíla, hvolfið svo á disk. Eldið hinar 4 tortillurnar sem eftir eru. Blandið saman kjúklingnum, engiferinu og lauknum. Setjið blönduna jafnt á milli tortillanna, rúllið upp, festið með kokteilstöngum og setjið rúllurnar í grunnt eldfast mót. Setjið á grind í gufubát, lokið og látið gufa í 15 mínútur. Færið yfir á heitan disk og skerið í þykkar sneiðar. Hitið soðið og sherry á meðan og kryddið með salti. Hellið yfir tortillurnar og berið fram.

ostrupönnukökur

Fyrir 4 til 6 skammta

12 ostrur

4 létt þeytt egg

3 vorlaukar (skautlaukar), skornir í sneiðar

salt og nýmalaður pipar

6 ml / 4 matskeiðar alhliða hveiti

2,5 ml / ½ teskeið af lyftidufti

45 ml / 3 matskeiðar af hnetu (hnetu) olíu

Afhýðið ostrurnar, geymið 60 ml / 4 matskeiðar af líkjör og saxið þær gróft. Blandið eggjunum saman við ostrurnar, graslaukinn, salti og pipar. Blandið saman hveitinu og lyftiduftinu, blandið þar til það myndast mauk með ostrunni, blandið síðan blöndunni saman við eggin. Hitið smá olíu og steikið matskeiðar af deiginu til að búa til litlar pönnukökur. Eldið þar til það er léttbrúnað á hvorri hlið, bætið svo smá olíu á pönnuna og haldið áfram þar til öll blandan hefur verið notuð.

rækjupönnukökur

fyrir 4 manns

50 g / 4 oz afhýddar rækjur, saxaðar

4 létt þeytt egg

75 g / 3 oz / ½ bolli fullt alhliða hveiti

salt og nýmalaður pipar

120 ml / 4 fl oz / ½ bolli kjúklingakraftur

2 graslaukur (laukur), saxaður

30 ml / 2 matskeiðar hnetuolía

Blandið öllum hráefnunum nema olíunni saman. Hitið smá olíu, hellið fjórðungi af deiginu út í, hallið pönnunni til að dreifa því yfir botninn. Eldið þar til það er léttbrúnað á botninum, snúið síðan við og brúnið hina hliðina. Takið af pönnunni og haltu áfram að elda pönnukökurnar sem eftir eru.

Kínversk eggjahræra

fyrir 4 manns

4 þeytt egg

2 graslaukur (laukur), saxaður

klípa af salti

5 ml / 1 tsk sojasósa (valfrjálst)

30 ml / 2 matskeiðar hnetuolía

Þeytið eggin með graslauk, salti og sojasósu ef þú notar það. Hitið olíuna og hellið svo eggjablöndunni út í. Hrærið varlega með gaffli þar til eggin eru stíf. Berið fram í einu.

Hrærð egg með fiski

fyrir 4 manns

225 g fiskflök

30 ml / 2 matskeiðar hnetuolía

1 sneið af engiferrót, saxuð

2 graslaukur (laukur), saxaður

4 létt þeytt egg

salt og nýmalaður pipar

Setjið fiskinn í ofnfast ílát og setjið hann á grind í gufugufu. Lokið og látið gufa í um 20 mínútur, fjarlægið síðan húðina og myljið kjötið. Hitið olíuna og steikið engifer og graslauk þar til það er léttbrúnað. Bætið fiskinum út í og hrærið þar til hann er húðaður með olíu. Kryddið eggin með salti og pipar, hellið þeim á pönnuna og hrærið varlega með gaffli þar til eggin hafa stífnað. Berið fram í einu.

Hrærð egg með sveppum

fyrir 4 manns

30 ml / 2 matskeiðar hnetuolía

4 þeytt egg

3 graslaukur (laukur), saxaður

klípa af salti

5 ml / 1 tsk sojasósa

100g / 4oz sveppir, gróft saxaðir

Hitið helminginn af olíunni og steikið sveppina í nokkrar mínútur þar til þeir eru orðnir mjög heitir og takið þá af pönnunni. Þeytið eggin með graslauk, salti og sojasósu. Hitið afganginn af olíunni og hellið eggjablöndunni út í. Hrærið varlega með gaffli þar til eggin byrja að harðna, setjið síðan sveppina aftur á pönnuna og eldið þar til eggin hafa stífnað. Berið fram í einu.

Hrærð egg með ostrusósu

fyrir 4 manns

4 þeytt egg

3 graslaukur (laukur), saxaður

salt og nýmalaður pipar

5 ml / 1 tsk sojasósa

30 ml / 2 matskeiðar hnetuolía

15 ml / 1 msk ostrusósa

100 g / 4 oz soðin skinka, mulin

2 greinar af flatblaða steinselju

Þeytið eggin með graslauk, salti, pipar og sojasósu. Bætið helmingnum af olíunni út í. Hitið afganginn af olíunni og hellið eggjablöndunni út í. Hrærið varlega með gaffli þar til eggin eru farin að harðna, bætið svo ostrusósunni út í og eldið þar til eggin hafa stífnað. Berið fram skreytt með skinku og steinselju.

Hrærð egg með svínakjöti

fyrir 4 manns

8 oz / 225 g magurt svínakjöt, sneið

30 ml / 2 msk sojasósa

30 ml / 2 matskeiðar hnetuolía

2 graslaukur (laukur), saxaður

4 þeytt egg

klípa af salti

5 ml / 1 tsk sojasósa

Blandið svínakjöti og sojasósu saman þannig að svínakjötið verði vel húðað. Hitið olíuna og steikið svínakjötið þar til það er léttbrúnað. Bætið lauknum út í og steikið í 1 mínútu. Þeytið eggin með vorlauknum, salti og sojasósu og hellið eggjablöndunni á pönnuna. Hrærið varlega með gaffli þar til eggin eru stíf. Berið fram í einu.

Eggjahræra með svínakjöti og rækjum

fyrir 4 manns

100 g / 4 oz hakkað svínakjöt (malað)

225 g / 8 aura afhýddar rækjur

2 graslaukur (laukur), saxaður

1 sneið af engiferrót, saxuð

5 ml / 1 tsk maísmjöl (maissterkja)

15 ml / 1 matskeið hrísgrjónavín eða þurrt sherry

15 ml / 1 matskeið sojasósa

salt og nýmalaður pipar

45 ml / 3 matskeiðar af hnetu (hnetu) olíu

4 létt þeytt egg

Blandið svínakjöti, rækjum, lauk, engifer, maíssterkju, víni eða sherry, sojasósu, salti og pipar út í. Hitið olíuna og steikið svínakjötsblönduna þar til hún er ljósbrúnt. Hellið eggjunum út í og hrærið varlega með gaffli þar til eggin hafa stífnað. Berið fram í einu.

Eggjahræra með spínati

fyrir 4 manns

45 ml / 3 matskeiðar af hnetu (hnetu) olíu

225g / 8oz spínat

4 þeytt egg

2 graslaukur (laukur), saxaður

klípa af salti

Hitið helminginn af olíunni og steikið spínatið í nokkrar mínútur þar til það er skærgrænt en ekki visnað. Takið það af pönnunni og saxið það smátt. Þeytið eggin með graslauk, salti og sojasósu ef þú notar það. Bæta við spínati. Hitið olíuna og hellið svo eggjablöndunni út í. Hrærið varlega með gaffli þar til eggin eru stíf. Berið fram í einu.

Hrærð egg með graslauk

fyrir 4 manns

4 þeytt egg

8 graslaukur (laukur), saxaður

salt og nýmalaður pipar

5 ml / 1 tsk sojasósa

30 ml / 2 matskeiðar hnetuolía

Þeytið eggin með graslauk, salti, pipar og sojasósu. Hitið olíuna og hellið svo eggjablöndunni út í. Hrærið varlega með gaffli þar til eggin eru stíf. Berið fram í einu.

Hrærð egg með tómötum

fyrir 4 manns

4 þeytt egg

2 graslaukur (laukur), saxaður

klípa af salti

30 ml / 2 matskeiðar hnetuolía

3 tómatar, roðhreinsaðir og saxaðir

Þeytið eggin með graslauknum og salti. Hitið olíuna og hellið svo eggjablöndunni út í. Hrærið varlega þar til eggin byrja að harðna, hrærið þá tómötunum út í og haltu áfram að elda, hrærið, þar til þau eru harðnuð. Berið fram í einu.

Hrærð egg með grænmeti

fyrir 4 manns

30 ml / 2 matskeiðar hnetuolía

5 ml / 1 tsk sesamolía

1 græn paprika, skorin í teninga

1 hakkað hvítlauksrif

100g/4oz sykurbaunir, helmingaðar

4 þeytt egg

2 graslaukur (laukur), saxaður

klípa af salti

5 ml / 1 tsk sojasósa

Hitið helminginn af hnetuolíunni með sesamolíu og steikið piparinn og hvítlaukinn þar til hann er ljósbrúnn. Bætið sykurbaununum út í og steikið í 1 mínútu. Þeytið eggin með graslauk, salti og sojasósu og hellið blöndunni á pönnuna. Hrærið varlega með gaffli þar til eggin eru stíf. Berið fram í einu.

Souffle Of Chicken

fyrir 4 manns

100g / 4oz af hökkuðum kjúklingabringum

(ég venjulega)

45 ml / 3 matskeiðar kjúklingasoð

2,5 ml / ½ teskeið salt

4 eggjahvítur

75 ml / 5 matskeiðar af hnetu (hnetu) olíu

Blandið kjúklingnum, seyði og salti vel saman. Stífþeytið eggjahvíturnar og bætið út í blönduna. Hitið olíuna þar til hún rýkur, bætið blöndunni út í og hrærið vel, lækkið síðan hitann og haltu áfram að elda, hrærið varlega þar til blandan er orðin stíf.

krabbasúffla

fyrir 4 manns

100 g / 4 oz krabbakjöt, í flögum

salt

15 ml / 1 matskeið maísmjöl (maíssterkja)

120 ml / 4 fl oz / ½ bolli mjólk

4 eggjahvítur

75 ml / 5 matskeiðar af hnetu (hnetu) olíu

Blandið saman krabbakjöti, salti, maíssterkju og blandið vel saman. Þeytið eggjahvíturnar þar til þær eru stífar og blandið þeim í blönduna. Hitið olíuna þar til hún rýkur, bætið blöndunni út í og hrærið vel, lækkið síðan hitann og haltu áfram að elda, hrærið varlega þar til blandan er orðin stíf.

Krabbi og engifer sóuffle

fyrir 4 manns

75 ml / 5 matskeiðar af hnetu (hnetu) olíu

2 sneiðar af engiferrót, saxaðar

1 graslaukur (laukur), saxaður

100 g / 4 oz krabbakjöt, í flögum

salt

15 ml / 1 matskeið hrísgrjónavín eða þurrt sherry

120ml/4ft oz/k bolli mjólk

60 ml / 4 matskeiðar af kjúklingakrafti

15 ml / 2 msk maísmjöl (maissterkja)

4 eggjahvítur

5 ml / 1 tsk sesamolía

Hitið helminginn af olíunni og steikið engifer og lauk þar til mjúkt. Bætið krabbakjöti og salti út í, takið af hitanum og látið kólna aðeins. Blandið víninu eða sherryinu, mjólkinni, seyði og maísmjöli saman og blandið þessu svo saman við krabbakjötsblönduna. Þeytið eggjahvíturnar þar til þær eru stífar og blandið þeim í blönduna. Hitið olíuna sem eftir er þar til hún rýkur, bætið blöndunni út í og hrærið vel, lækkið síðan hitann og haltu áfram að elda, hrærið varlega þar til blandan er orðin stíf.

Souffle Of Fish

fyrir 4 manns

3 egg, aðskilin

5 ml / 1 tsk sojasósa

5 ml / 1 teskeið af sykri

salt og nýmalaður pipar

450 g / 1 pund fiskflök

45 ml / 3 matskeiðar af hnetu (hnetu) olíu

Blandið eggjarauðunum saman við sojasósu, sykur, salti og pipar. Skerið fiskinn í stóra bita. Dýfið fiskinum í blönduna þar til hann er vel húðaður. Hitið olíuna og steikið fiskinn þar til hann er ljósbrúnn á botninum. Þeytið eggjahvíturnar á meðan þær eru stífar. Snúið fiskinum við og setjið eggjahvítu ofan á fiskinn. Eldið í 2 mínútur þar til botninn er létt gullinn, snúið svo aftur og eldið í 1 mínútu í viðbót þar til hvíturnar eru orðnar stífar og gullnar. Berið fram með tómatsósu.

Rækjusúffla

fyrir 4 manns

225 g / 8 oz afhýddar rækjur, saxaðar

1 sneið af engiferrót, saxuð

15 ml / 1 matskeið hrísgrjónavín eða þurrt sherry

15 ml / 1 matskeið sojasósa

salt og nýmalaður pipar

4 eggjahvítur

45 ml / 3 matskeiðar af hnetu (hnetu) olíu

Hrærið rækjum, engifer, víni eða sherry, sojasósu, salti og pipar saman við. Þeytið eggjahvíturnar þar til þær eru stífar og blandið þeim í blönduna. Hitið olíuna þar til hún rýkur, bætið blöndunni út í og hrærið vel, lækkið síðan hitann og haltu áfram að elda, hrærið varlega þar til blandan er orðin stíf.

Rækjusúffla með baunaspírum

fyrir 4 manns

100 g / 4 oz baunaspírur

100 g / 4 oz afhýddar rækjur, gróft saxaðar

2 graslaukur (laukur), saxaður

5 ml / 1 tsk maísmjöl (maissterkja)

15 ml / 1 matskeið hrísgrjónavín eða þurrt sherry

120 ml / 4 fl oz / ½ bolli kjúklingakraftur

salt

4 eggjahvítur

45 ml / 3 matskeiðar af hnetu (hnetu) olíu

Blasaðu baunaspírurnar í sjóðandi vatni í 2 mínútur, tæmdu síðan og haltu þeim heitum. Á meðan er rækjum, lauk, maíssterkju, víni eða sherry blandað saman og sett til hliðar og kryddað með salti. Þeytið eggjahvíturnar þar til þær eru stífar og blandið þeim í blönduna. Hitið olíuna þar til hún rýkur, bætið blöndunni út í og hrærið vel, lækkið síðan hitann og haltu áfram að elda, hrærið varlega þar til blandan er orðin stíf. Setjið á heitan disk og toppið með baunaspírum.

Souffle af grænmeti

fyrir 4 manns

5 egg, aðskilin

3 rifnar kartöflur

1 lítill laukur smátt saxaður

15 ml / 1 matskeið saxuð fersk steinselja

5 ml / 1 tsk sojasósa

salt og nýmalaður pipar

Þeytið eggjahvíturnar þar til þær eru stífar. Þeytið eggjarauðurnar þar til þær eru ljósar og þykkar, bætið svo kartöflunum, lauknum, steinseljunni og sojasósunni út í og blandið vel saman.

Bætið eggjahvítunum út í. Hellið í smurt souffleform og bakið í forhituðum ofni við 180°C/350°F/gas 4 í um 40 mínútur.

Egg Foo Yung

fyrir 4 manns

4 létt þeytt egg

salt

100 g / 4 oz eldaður kjúklingur, saxaður

1 saxaður laukur

2 sellerístilkar, saxaðir

50g / 2oz sveppir, saxaðir

30 ml / 2 matskeiðar hnetuolía

foo yung eggjasósa

Blandið saman eggjum, salti, kjúklingi, lauk, sellerí og sveppum.
Hitið smá olíu og hellið fjórðungi af blöndunni á pönnuna.
Steikið þar til botninn er létt gullinn, snúið svo við og brúnið hina
hliðina. Berið fram með foo yung eggjasósu.

Steikt egg Foo Yung

fyrir 4 manns

4 létt þeytt egg

5 ml / 1 teskeið af salti

100 g / 4 oz reykt skinka, saxað

100 g af saxuðum sveppum

15 ml / 1 matskeið sojasósa

steikingarolíu

Blandið eggjunum saman við salti, skinku, sveppum og sojasósu. Hitið olíuna og setjið matskeiðar af blöndunni varlega ofan í olíuna. Eldið þar til þær lyftast, snúið þar til þær eru gullnar á báðum hliðum. Takið úr olíunni og látið renna af á meðan pönnukökurnar sem eftir eru eru eldaðar.

Crab Foo Yung með sveppum

fyrir 4 manns

6 þeytt egg

45 ml / 3 msk maísmjöl (maíssterkja)

100 g / 4 oz af krabbakjöti

100g / 4oz sveppir, í teningum

100g/4oz frosnar baunir

2 graslaukur (laukur), saxaður

5 ml / 1 teskeið af salti

45 ml / 3 matskeiðar af hnetu (hnetu) olíu

Þeytið eggin og bætið síðan maísmjölinu út í. Bætið við öllu sem eftir er nema olíu. Hitið smá olíu og hellið blöndunni hægt á pönnuna til að búa til litlar pönnukökur um 3 tommur á breidd. Steikið þar til botninn er létt gullinn, snúið svo við og brúnið hina hliðina. Haldið áfram þar til öll blandan er notuð.

Foo Yung skinkuegg

fyrir 4 manns

60 ml / 4 matskeiðar af hnetuolíu

50 g / 2oz bambussprotar, skornir í teninga

50 g / 2 oz vatnskastanía, í teningum

2 graslaukur (laukur), saxaður

2 sellerístilkar, saxaðir

50 g/2 oz reykt skinka, í teningum

15 ml / 1 matskeið sojasósa

2,5 ml / ½ teskeið af sykri

2,5 ml / ½ teskeið salt

4 létt þeytt egg

Hitið helminginn af olíunni og steikið bambussprotana, vatnskastaníuna, graslaukinn og selleríið í um 2 mínútur. Bætið skinku, sojasósu, sykri og salti út í, takið af pönnunni og látið kólna aðeins. Bætið blöndunni við þeyttu eggin. Hitið eitthvað af olíunni sem eftir er og hellið blöndunni hægt á pönnuna til að búa til litlar pönnukökur um 3 tommur á breidd. Steikið þar til botninn er létt gullinn, snúið svo við og brúnið hina hliðina. Haldið áfram þar til öll blandan er notuð.

Steikt svínakjöt Egg Foo Yung

fyrir 4 manns

4 þurrkaðir kínverskir sveppir

60 ml / 3 matskeiðar af hnetuolíu

100 g / 4 oz steikt svínakjöt, rifið

100 g / 4 oz bok choy, rifinn

50 g / 2 oz bambussprotar, sneiðar

50 g / 2 oz vatnskastanía, sneið

4 létt þeytt egg

salt og nýmalaður pipar

Leggið sveppina í bleyti í volgu vatni í 30 mínútur og tæmdu síðan. Fargið stilkunum og skerið toppana af. Hitið 30 ml / 2 matskeiðar af olíu og steikið sveppina, svínakjötið, kálið, bambussprotana og vatnskastaníuna í 3 mínútur. Takið af pönnunni og látið kólna aðeins, blandið síðan eggjunum saman við og kryddið með salti og pipar. Hitið eitthvað af olíunni sem eftir er og hellið blöndunni hægt á pönnuna til að búa til litlar pönnukökur um 3 tommur á breidd. Steikið þar til botninn er létt gullinn, snúið svo við og brúnið hina hliðina. Haldið áfram þar til öll blandan er notuð.

Svínaegg og rækjur Foo Yung

fyrir 4 manns

45 ml / 3 matskeiðar af hnetu (hnetu) olíu

100g/4oz magurt svínakjöt, sneið

1 saxaður laukur

225 g / 8 oz rækjur, afhýddar, skornar í sneiðar

50 g / 2 oz bok choy, rifinn

4 létt þeytt egg

salt og nýmalaður pipar

Hitið 30 ml / 2 matskeiðar af olíu og steikið svínakjötið og laukinn þar til það er ljósbrúnt. Bætið rækjunum út í og steikið þar til þær eru þaknar olíu, bætið síðan kálinu út í, blandið vel saman, setjið lok á og eldið í 3 mínútur. Takið af pönnunni og látið kólna aðeins. Bætið kjötblöndunni út í eggin og kryddið með salti og pipar. Hitið eitthvað af olíunni sem eftir er og hellið blöndunni hægt á pönnuna til að búa til litlar pönnukökur um 3 tommur á breidd. Steikið þar til botninn er létt gullinn, snúið svo við og brúnið hina hliðina. Haldið áfram þar til öll blandan er notuð.

hvít hrísgrjón

fyrir 4 manns
225 g / 8 oz / 1 bolli langkorna hrísgrjón
15 ml / 1 matskeið af olíu
750 ml / 1¼ pts / 3 bollar af vatni

Þvoðu hrísgrjónin og settu þau síðan á pönnu. Bætið vatninu við olíuna og bætið því síðan á pönnuna þannig að það sé um tommu fyrir ofan hrísgrjónin. Látið suðuna koma upp, hyljið með loki, lækkið hitann og látið malla í 20 mínútur.

soðin brún hrísgrjón

fyrir 4 manns

225 g / 8 oz / 1 bolli langkorna brún hrísgrjón

5 ml / 1 teskeið af salti

900 ml / 1½ punktur / 3¾ bollar af vatni

Þvoðu hrísgrjónin og settu þau síðan á pönnu. Bætið við salti og vatni þannig að það sé um 3 cm fyrir ofan hrísgrjónin. Látið suðuna koma upp, hyljið með þéttu loki, lækkið hitann og látið malla í 30 mínútur, passið að sjóða ekki fyrr en þurrt.

Hrísgrjón með kjöti

fyrir 4 manns

225 g / 8 oz / 1 bolli langkorna hrísgrjón

100 g / 4 oz hakk (malað)

1 sneið af engiferrót, saxuð

15 ml / 1 matskeið sojasósa

15 ml / 1 matskeið hrísgrjónavín eða þurrt sherry

5 ml / 1 tsk hnetuolía

2,5 ml / ½ teskeið af sykri

2,5 ml / ½ teskeið salt

179

Setjið hrísgrjónin í stóran pott og látið suðuna koma upp. Lokið og eldið í um 10 mínútur þar til mestur vökvinn hefur verið frásogaður. Blandið restinni af hráefnunum saman, setjið ofan á hrísgrjónin, hyljið og eldið í aðrar 20 mínútur við lágan hita þar til þau eru soðin. Blandið hráefninu saman áður en það er borið fram.

Kjúklingalifur hrísgrjón

fyrir 4 manns

225 g / 8 oz / 1 bolli langkorna hrísgrjón
375 ml / 13 fl oz / 1½ bollar kjúklingakraftur
salt
2 þunnt sneiðar soðnar kjúklingalifur

Setjið hrísgrjónin og seyðið í stóran pott og látið suðuna koma upp. Lokið og eldið í um 10 mínútur þar til hrísgrjónin eru næstum mjúk. Takið lokið af og sjóðið áfram við vægan hita þar til mest af soðinu hefur verið frásogast. Kryddið með salti eftir smekk, bætið kjúklingalifur út í og hitið varlega áður en það er borið fram.

Hrísgrjón með kjúklingi og sveppum

fyrir 4 manns

225 g / 8 oz / 1 bolli langkorna hrísgrjón

100 g / 4 oz kjúklingakjöt, rifið

100g / 4oz sveppir, í teningum

5 ml / 1 tsk maísmjöl (maíssterkja)

5 ml / 1 tsk sojasósa

5 ml / 1 tsk hrísgrjónavín eða þurrt sherry

klípa af salti

15ml / 1 matskeið saxaður graslaukur (laukurlaukur)

15 ml / 1 msk ostrusósa

Setjið hrísgrjónin í stóran pott og látið suðuna koma upp. Lokið og eldið í um 10 mínútur þar til mestur vökvinn hefur verið frásogaður. Blandið öllu hráefninu sem eftir er nema graslauk og ostrusósu saman við, setjið ofan á hrísgrjónin, setjið lok á og eldið í aðrar 20 mínútur við vægan hita þar til þau eru fullelduð. Blandið hráefninu saman og stráið graslauk og ostrusósu yfir áður en það er borið fram.

Kókos hrísgrjón

fyrir 4 manns

225 g / 8 oz / 1 bolli hrísgrjón með tælenskum bragði
1 l / 1 ¾ pts / 4 ¼ bollar kókosmjólk
150 ml / ¼ pt / rausnarlegur ½ bolli kókosrjómi
1 búnt af saxað kóríander
klípa af salti

Hitið allt hráefnið að suðu í potti, setjið lok á og látið hrísgrjónin bólgna við vægan hita í um 25 mínútur, hrærið af og til.

Hrísgrjón með krabbakjöti

fyrir 4 manns

225 g / 8 oz / 1 bolli langkorna hrísgrjón

100 g / 4 oz krabbakjöt, í flögum

2 sneiðar af engiferrót, saxaðar

15 ml / 1 matskeið sojasósa

15 ml / 1 matskeið hrísgrjónavín eða þurrt sherry

5 ml / 1 tsk hnetuolía

5 ml / 1 tsk maísmjöl (maíssterkja)

salt og nýmalaður pipar

Setjið hrísgrjónin í stóran pott og látið suðuna koma upp. Lokið og eldið í um 10 mínútur þar til mestur vökvinn hefur verið frásogaður. Blandið restinni af hráefnunum saman, setjið ofan á hrísgrjónin, hyljið og eldið í aðrar 20 mínútur við lágan hita þar til þau eru soðin. Blandið hráefninu saman áður en það er borið fram.

Hrísgrjón með baunum

fyrir 4 manns

225 g / 8 oz / 1 bolli langkorna hrísgrjón

350g / 12oz baunir

30 ml / 2 msk sojasósa

Setjið hrísgrjónin og seyðið í stóran pott og látið suðuna koma upp. Bætið baunum út í, setjið lok á og eldið í um 20 mínútur þar til hrísgrjónin eru næstum mjúk. Takið lokið af og haltu áfram að elda við vægan hita þar til mestur vökvinn hefur verið dreginn í sig. Lokið og látið hvíla af hita í 5 mínútur, berið síðan fram sojasósu stráð yfir.

hrísgrjón með pipar

fyrir 4 manns

225 g / 8 oz / 1 bolli langkorna hrísgrjón

2 graslaukur (laukur), saxaður

1 rauð paprika, skorin í teninga

45 ml / 3 matskeiðar af sojasósu

30 ml / 2 matskeiðar hnetuolía

5 ml / 1 teskeið af sykri

Setjið hrísgrjónin í pott, hyljið með köldu vatni, látið suðuna koma upp, setjið lok á og eldið í um 20 mínútur þar til þau eru mjúk. Hellið vel af og bætið síðan skalottlaukum, pipar, sojasósu, olíu og sykri út í. Færið yfir í heita skál og berið fram strax.

Hrísgrjón með soðnu eggi

fyrir 4 manns

225 g / 8 oz / 1 bolli langkorna hrísgrjón

4 egg

15 ml / 1 msk ostrusósa

Setjið hrísgrjónin í pott, hyljið með köldu vatni, látið suðuna
koma upp, setjið lok á og eldið í um 10 mínútur þar til þau eru
mjúk. Tæmið og setjið á heitan disk. Á meðan er pottur af vatni
látinn sjóða, brýtur eggin varlega og eldið í nokkrar mínútur þar
til hvíturnar eru stífnar en eggin eru enn blaut. Takið af pönnunni
með sleif og setjið yfir hrísgrjónin. Berið fram ostrusósu stráð
yfir.

Hrísgrjón í Singapore-stíl

fyrir 4 manns

225 g / 8 oz / 1 bolli langkorna hrísgrjón
5 ml / 1 teskeið af salti
1,2 l / 2 punktar / 5 bollar af vatni

Þvoðu hrísgrjónin og settu þau á pönnu með salti og vatni. Látið suðuna koma upp, lækkið hitann og látið malla í um 15 mínútur þar til hrísgrjónin eru mjúk. Tæmið í sigti og skolið með heitu vatni áður en það er borið fram.

Slow Boat Rice

fyrir 4 manns

225 g / 8 oz / 1 bolli langkorna hrísgrjón

5 ml / 1 teskeið af salti

15 ml / 1 matskeið af olíu

750 ml / 1¼ pts / 3 bollar af vatni

Þvoið hrísgrjónin og settu þau á ofnplötu með salti, olíu og vatni. Lokið og bakið í forhituðum ofni við 120°C/250°F/gasmark ½ í um það bil 1 klukkustund þar til allt vatnið hefur frásogast.

gufusoðin hrísgrjón

fyrir 4 manns

225 g / 8 oz / 1 bolli langkorna hrísgrjón

5 ml / 1 teskeið af salti

450 ml / ¾ pt / 2 bollar af vatni

Setjið hrísgrjónin, saltið og vatnið í eldfast mót, lokið á og bakið í forhituðum ofni við 180°C/350°F/gas 4 í um það bil 30 mínútur.

Steikt hrísgrjón

fyrir 4 manns

225 g / 8 oz / 1 bolli langkorna hrísgrjón

750 ml / 1¼ pts / 3 bollar af vatni

30 ml / 2 matskeiðar hnetuolía

1 hrært egg

2 hvítlauksrif, söxuð

klípa af salti

1 laukur smátt saxaður

3 graslaukur (laukur), saxaður

2,5 ml / ½ tsk svartur melass

Setjið hrísgrjónin og vatnið í pott, látið suðuna koma upp, setjið lok á og eldið í um 20 mínútur þar til hrísgrjónin eru soðin. Þurrkaðu vel. Hitið 5 ml / 1 tsk af olíu og hellið egginu út í. Eldið þar til það er stíft í botninum, snúið síðan við og haltu áfram að elda þar til það hefur setið. Takið af pönnunni og skerið í strimla. Bætið afganginum af olíunni á pönnuna með hvítlauknum og salti og steikið þar til hvítlaukurinn er gullinn. Bætið við lauk og hrísgrjónum og steikið í 2 mínútur. Bætið graslauknum út í og steikið í 2 mínútur. Hrærið svarta ræma melassann þar til hrísgrjónin eru húðuð, bætið síðan eggjastrimlunum út í og berið fram.

steikt hrísgrjón með möndlum

fyrir 4 manns

250 ml / 8 fl oz / 1 bolli hnetuolía (hnetuolía).

50 g / 2 oz / ½ bolli flögur möndlur

4 þeytt egg

450 g / 1 lb / 3 bollar soðin langkorna hrísgrjón

5 ml / 1 teskeið af salti

3 sneiðar af soðinni skinku, skornar í strimla

2 skalottlaukar, smátt saxaðir

15 ml / 1 matskeið sojasósa

Hitið olíuna og steikið möndlurnar þar til þær eru gullnar. Takið af pönnunni og látið renna af á eldhúspappír. Hellið mestu af olíunni af pönnunni, hitið svo aftur og hellið eggjunum út í, hrærið stöðugt. Bætið hrísgrjónum og salti út í og eldið í 5 mínútur, lyftið og hrærið hratt þannig að hrísgrjónakornin verði húðuð með egginu. Bætið skinku, graslauk og sojasósu út í og eldið í 2 mínútur í viðbót. Bætið flestum möndlunum út í og berið fram skreytt með möndlunum sem eftir eru.

Steikt hrísgrjón með beikoni og eggi

fyrir 4 manns

45 ml / 3 matskeiðar af hnetu (hnetu) olíu

225g / 8oz beikon, saxað

1 laukur smátt saxaður

3 þeytt egg

225 g/8 oz soðin langkorna hrísgrjón

Hitið olíuna og steikið beikonið og laukinn þar til það er léttbrúnað. Bætið eggjunum út í og steikið þar til þau eru næstum soðin. Bætið hrísgrjónunum út í og steikið þar til hrísgrjónin eru hituð í gegn.

Steikt hrísgrjón með kjöti

fyrir 4 manns

225 g / 8 oz magurt nautakjöt, skorið í strimla

15 ml / 1 matskeið maísmjöl (maissterkja)

15 ml / 1 matskeið sojasósa

15 ml / 1 matskeið hrísgrjónavín eða þurrt sherry

5 ml / 1 teskeið af sykri

75 ml / 5 matskeiðar af hnetu (hnetu) olíu

1 saxaður laukur

450 g / 1 lb / 3 bollar soðin langkorna hrísgrjón

45 ml / 3 matskeiðar kjúklingasoð

Blandið kjötinu saman við maíssterkju, sojasósu, víni eða sherry og sykri. Hitið helminginn af olíunni og steikið laukinn þar til hann verður gegnsær. Bætið kjötinu út í og steikið í 2 mínútur. Takið úr ísskápnum. Hitið olíuna sem eftir er, bætið hrísgrjónunum út í og steikið í 2 mínútur. Bætið soðinu út í og hitið. Bætið helmingnum af kjöt- og laukblöndunni saman við og hrærið þar til það er orðið heitt, færið svo yfir á heitan disk og toppið með afganginum af kjötinu og lauknum.

Steikt hrísgrjón með hakki

fyrir 4 manns

30 ml / 2 matskeiðar hnetuolía

1 pressaður hvítlauksgeiri

klípa af salti

30 ml / 2 msk sojasósa

30 ml / 2 msk hoisin sósa

450 g / 1 pund af hakki (malað)

1 saxaður laukur

1 gulrót í teningum

1 hægeldaður blaðlaukur

450 g/1 pund soðin langkornin hrísgrjón

Hitið olíuna og steikið hvítlaukinn og saltið þar til það er léttbrúnað. Bætið sojasósunum og hoisin út í og hrærið þar til þær eru orðnar í gegn. Bætið kjötinu út í og steikið þar til það er brúnt og stökkt. Bætið grænmetinu út í og steikið þar til það er mjúkt, hrærið stöðugt í. Bætið hrísgrjónunum út í og steikið, hrærið stöðugt, þar til það er mjög heitt og þakið sósunum.

Steikt hrísgrjón með kjöti og lauk

fyrir 4 manns

1 pund / 450 g magurt nautakjöt, þunnt sneið

45 ml / 3 matskeiðar af sojasósu

15 ml / 1 matskeið hrísgrjónavín eða þurrt sherry

salt og nýmalaður pipar

15 ml / 1 matskeið maísmjöl (maissterkja)

45 ml / 3 matskeiðar af hnetu (hnetu) olíu

1 saxaður laukur

225 g/8 oz soðin langkorna hrísgrjón

Marinerið kjötið í sojasósu, víni eða sherry, salti, pipar og maísmjöli í 15 mínútur. Hitið olíuna og steikið laukinn þar til hann er ljósbrúnn. Bætið kjötinu og marineringunni út í og steikið í 3 mínútur. Bætið hrísgrjónunum út í og steikið þar til þau eru mjög heit.

kjúklingur hrísgrjón

fyrir 4 manns

225 g / 8 oz / 1 bolli langkorna hrísgrjón

750 ml / 1¼ pts / 3 bollar af vatni

30 ml / 2 matskeiðar hnetuolía

2 hvítlauksrif, söxuð

klípa af salti

1 laukur smátt saxaður

3 graslaukur (laukur), saxaður

100 g / 4 oz eldaður kjúklingur, rifinn

15 ml / 1 matskeið sojasósa

Setjið hrísgrjónin og vatnið í pott, látið suðuna koma upp, setjið lok á og eldið í um 20 mínútur þar til hrísgrjónin eru soðin. Þurrkaðu vel. Hitið olíuna og steikið hvítlaukinn og saltið þar til hvítlaukurinn er létt gullinn. Bætið lauknum út í og steikið í 1 mínútu. Bætið hrísgrjónunum út í og steikið í 2 mínútur. Bætið graslauknum og kjúklingnum út í og steikið í 2 mínútur. Bætið sojasósunni út í til að hylja hrísgrjónin.

Öndsteikt hrísgrjón

fyrir 4 manns

4 þurrkaðir kínverskir sveppir

45 ml / 3 matskeiðar af hnetu (hnetu) olíu

2 graslaukur (laukur), skorinn í sneiðar

225 g / 8 oz bok choy, rifið

100g/4oz soðin önd, rifin

45 ml / 3 matskeiðar af sojasósu

15 ml / 1 matskeið hrísgrjónavín eða þurrt sherry

350 g / 12 oz soðin langkorna hrísgrjón

45 ml / 3 matskeiðar kjúklingasoð

Leggið sveppina í bleyti í volgu vatni í 30 mínútur og tæmdu síðan. Fargið stilkunum og saxið toppana. Hitið helminginn af olíunni og steikið vorlaukinn þar til hann verður gegnsær. Bætið bok choy út í og steikið í 1 mínútu. Bætið öndinni, sojasósunni og víni eða sherry saman við og steikið í 3 mínútur. Takið úr ísskápnum. Hitið olíuna sem eftir er og steikið hrísgrjónin þar til þau eru þakin olíu. Bætið soðinu út í, látið suðuna koma upp og steikið í 2 mínútur. Setjið andablönduna aftur á pönnuna og hrærið þar til hún er hituð áður en hún er borin fram.

skinku hrísgrjón

fyrir 4 manns

30 ml / 2 matskeiðar hnetuolía

1 hrært egg

1 pressaður hvítlauksgeiri

350 g / 12 oz soðin langkorna hrísgrjón

1 laukur smátt saxaður

1 niðurskorin græn paprika

100 g / 4 oz af söxuðu skinku

50 g / 2 oz vatnskastanía, sneið

50 g / 2 oz bambussprotar, saxaðir

15 ml / 1 matskeið sojasósa

15 ml / 1 matskeið hrísgrjónavín eða þurrt sherry

15 ml / 1 msk ostrusósa

Hitið smá olíu á pönnu og bætið egginu við, hallið pönnunni þannig að hún dreifist um pönnuna. Eldið þar til botninn er létt gullinn, snúið svo við og eldið hina hliðina. Takið af pönnunni og saxið og steikið hvítlaukinn þar til hann er ljósbrúnn. Bætið við hrísgrjónum, lauk og papriku og steikið í 3 mínútur. Bætið skinku, kastaníuhnetum og bambussprotum saman við og steikið í 5 mínútur. Bætið restinni af hráefninu út í og steikið í um 4 mínútur. Berið fram eggjastrimlum stráð yfir.

Hrísgrjón með skinku með soði

fyrir 4 manns

30 ml / 2 matskeiðar hnetuolía

3 þeytt egg

350 g / 12 oz soðin langkorna hrísgrjón

600 ml / 1pt / 2½ bollar kjúklingakraftur

100 g / 4 oz reykt skinka, mulið

100g / 4oz bambussprotar, sneiddar

Hitið olíuna og hellið svo eggjunum út í. Þegar þau eru farin að steikjast skaltu bæta við hrísgrjónunum og steikja í 2 mínútur. Bætið soðinu og skinkunni út í og látið suðuna koma upp. Eldið í 2 mínútur, bætið bambussprotunum út í og berið fram.

svínakjöt steikt hrísgrjón

fyrir 4 manns

45 ml / 3 matskeiðar af hnetu (hnetu) olíu

3 graslaukur (laukur), saxaður

100g / 4oz af steiktu svínakjöti, í teningum

350 g / 12 oz soðin langkorna hrísgrjón

30 ml / 2 msk sojasósa

2,5 ml / ½ teskeið salt

2 þeytt egg

Hitið olíuna og steikið vorlaukinn þar til hann verður gegnsær.

Bætið svínakjötinu út í og hrærið þar til það er húðað með olíu.

Bætið við hrísgrjónum, sojasósu og salti og steikið í 3 mínútur.

Bætið eggjunum út í og blandið saman við þar til þau byrja að harðna.

Steikt hrísgrjón af svínakjöti og rækjum

fyrir 4 manns

45 ml / 3 matskeiðar af hnetu (hnetu) olíu

2,5 ml / ½ teskeið salt

2 graslaukur (laukur), saxaður

350 g / 12 oz soðin langkorna hrísgrjón

100g / 4oz af steiktu svínakjöti

225 g / 8 aura afhýddar rækjur

50 g / 2 oz kínversk lauf, rifin

45 ml / 3 matskeiðar af sojasósu

Hitið olíuna og steikið saltið og graslaukinn þar til það er léttbrúnað. Bætið hrísgrjónunum út í og steikið til að brjóta upp kornin. Bætið svínakjöti út í og steikið í 2 mínútur. Bætið rækjum, kínverskum laufum og sojasósu út í og steikið þar til þær eru mjög heitar.

Steikt hrísgrjón með rækjum

fyrir 4 manns

225 g / 8 oz / 1 bolli langkorna hrísgrjón

750 ml / 1¼ pts / 3 bollar af vatni

30 ml / 2 matskeiðar hnetuolía

2 hvítlauksrif, söxuð

klípa af salti

1 laukur smátt saxaður

225 g / 8 aura afhýddar rækjur

5 ml / 1 tsk sojasósa

Setjið hrísgrjónin og vatnið í pott, látið suðuna koma upp, setjið lok á og eldið í um 20 mínútur þar til hrísgrjónin eru soðin. Þurrkaðu vel. Hitið olíuna með hvítlauknum og salti og steikið þar til hvítlaukurinn er létt gullinn. Bætið hrísgrjónum og lauk út í og steikið í 2 mínútur. Bætið rækjunni út í og steikið í 2 mínútur. Bætið sojasósu út í áður en hún er borin fram.

steikt hrísgrjón og baunir

fyrir 4 manns

30 ml / 2 matskeiðar hnetuolía

2 hvítlauksrif, söxuð

5 ml / 1 teskeið af salti

350 g / 12 oz soðin langkorna hrísgrjón

225g / 8oz frosnar eða soðnar baunir, þiðnar

4 graslaukur (laukur), smátt saxaður

30 ml / 2 matskeiðar saxuð fersk steinselja

Hitið olíuna og steikið hvítlaukinn og saltið þar til það er léttbrúnað. Bætið hrísgrjónunum út í og steikið í 2 mínútur. Bætið baunum, lauknum og steinseljunni út í og steikið í nokkrar mínútur þar til þær eru orðnar í gegn. Berið fram heitt eða kalt.

Lax steikt hrísgrjón

fyrir 4 manns

30 ml / 2 matskeiðar hnetuolía

2 söxuð hvítlauksrif

2 graslaukur (laukur), skorinn í sneiðar

50 g / 2 oz af söxuðum laxi

75g / 3oz hakkað spínat

150g/5oz soðin langkorna hrísgrjón

Hitið olíuna og steikið hvítlaukinn og graslaukinn í 30 sekúndur. Bætið laxinum út í og steikið í 1 mínútu. Bætið spínati út í og steikið í 1 mínútu. Bætið hrísgrjónunum út í og steikið þar til heitt og vel blandað saman.

Sérstök steikt hrísgrjón

fyrir 4 manns

60 ml / 4 matskeiðar af hnetuolíu

1 laukur smátt saxaður

100g/4oz beikon, saxað

50 g / 2 oz af söxuðu skinku

50 g/2 oz eldaður kjúklingur, rifinn

50 g / 2 oz af skrældar rækjur

60 ml / 4 matskeiðar af sojasósu

30 ml / 2 msk hrísgrjónavín eða þurrt sherry

salt og nýmalaður pipar

15 ml / 1 matskeið maísmjöl (maissterkja)

225 g/8 oz soðin langkorna hrísgrjón

2 þeytt egg

100g / 4oz sveppir, sneiddir

50 g / 2 oz af frosnum ertum

Hitið olíuna og steikið laukinn og beikonið þar til það er léttbrúnað. Bætið skinku og kjúklingi út í og steikið í 2 mínútur. Bætið rækjunum, sojasósunni, víni eða sherry, salti, pipar og maíssterkju út í og steikið í 2 mínútur. Bætið hrísgrjónunum út í og steikið í 2 mínútur. Bætið eggjum, sveppum og baunum út í og steikið í 2 mínútur þar til það er mjög heitt.

Þjónar 6 til 8

45 ml / 3 matskeiðar af hnetu (hnetu) olíu

1 graslaukur (laukur), saxaður

100 g/4 oz magurt svínakjöt, rifið

1 kjúklingabringa, rifin

100 g / 4 oz af skinku, mulið

30 ml / 2 msk sojasósa

30 ml / 2 msk hrísgrjónavín eða þurrt sherry

5 ml / 1 teskeið af salti

350 g / 12 oz soðin langkorna hrísgrjón

250 ml / 8 fl oz / 1 bolli kjúklingakraftur

100 g / 4 oz bambussprotar, skornir í strimla

50 g / 2 oz vatnskastanía, sneið

Hitið olíuna og steikið laukinn þar til hann verður gegnsær. Bætið svínakjöti út í og steikið í 2 mínútur. Bætið kjúklingnum og skinkunni út í og steikið í 2 mínútur. Bætið við sojasósu, sherry og salti. Bætið við hrísgrjónum og seyði og látið suðuna koma upp. Bætið bambussprotunum og vatnskastanunum út í, setjið lok á og eldið í 30 mínútur.

Steikt túnfisk hrísgrjón

fyrir 4 manns

30 ml / 2 matskeiðar hnetuolía

2 sneiðar laukar

1 niðurskorin græn paprika

450 g / 1 lb / 3 bollar soðin langkorna hrísgrjón

salt

3 þeytt egg

300 g / 12 oz niðursoðinn túnfiskur, í flögum

30 ml / 2 msk sojasósa

2 skalottlaukar, smátt saxaðir

Hitið olíuna og steikið laukinn þar til hann er mjúkur. Bætið piparnum út í og steikið í 1 mínútu. Ýttu á aðra hliðina á pönnunni. Bætið hrísgrjónunum út í, stráið salti yfir og steikið í 2 mínútur, blandið piparnum og lauknum smám saman saman við. Gerðu gat í miðjuna á hrísgrjónin, helltu aðeins meiri olíu og helltu eggjunum út í. Hrærið þar til það er næstum blandað og blandið saman við hrísgrjón. Eldið í 3 mínútur í viðbót. Bætið túnfisknum og sojasósunni út í og hitið í gegn. Berið fram stráð með söxuðum skalottlaukum.

soðnar eggjanúðlur

fyrir 4 manns

10 ml / 2 teskeiðar af salti
450 g / 1 pund eggjanúðlur
30 ml / 2 matskeiðar hnetuolía

Sjóðið pönnu með vatni, saltið og bætið pastanu út í. Látið suðuna koma upp aftur og látið malla í um 10 mínútur þar til það er mjúkt en samt stíft. Tæmdu vel, skolaðu með köldu vatni, tæmdu og skolaðu síðan með heitu vatni. Dreypið olíu yfir áður en borið er fram.

gufusoðnar eggjanúðlur

fyrir 4 manns

10 ml / 2 teskeiðar af salti

450 g / 1 pund þunnar eggjanúðlur

Sjóðið pönnu með vatni, saltið og bætið pastanu út í. Hrærið vel og hellið síðan af. Setjið núðlurnar í sigti, setjið í gufubað og eldið í sjóðandi vatni í um 20 mínútur þar til þær eru meyrar.

ristaðar núðlur

fyrir 8 skammta

10 ml / 2 teskeiðar af salti

450 g / 1 pund eggjanúðlur

30 ml / 2 matskeiðar hnetuolía

steikingarréttur

Sjóðið pönnu með vatni, saltið og bætið pastanu út í. Látið suðuna koma upp aftur og látið malla í um 10 mínútur þar til það er mjúkt en samt stíft. Tæmdu vel, skolaðu með köldu vatni, tæmdu og skolaðu síðan með heitu vatni. Blandið saman við olíuna, blandið síðan varlega saman við hvaða hrærivél sem er og hitið varlega til að blanda saman bragðinu.

steiktar núðlur

fyrir 4 manns

225 g/8 oz þunnar eggjanúðlur

salt

steikingarolíu

Sjóðið pastað í sjóðandi söltu vatni samkvæmt leiðbeiningum á umbúðum. Þurrkaðu vel. Setjið nokkur lög af eldhúspappír á ofnplötu, dreifið núðlunum yfir og látið þorna í nokkrar klukkustundir. Hitið olíuna og steikið núðluskeiðarnar í einu í um 30 sekúndur þar til þær eru gullnar. Tæmið á pappírshandklæði.

Steiktar mjúkar núðlur

fyrir 4 manns

350 g / 12 oz af eggjanúðlum

75 ml / 5 matskeiðar af hnetu (hnetu) olíu

salt

Látið suðu koma upp í potti með vatni, bætið núðlunum út í og látið sjóða þar til núðlurnar eru mjúkar. Tæmdu og skolaðu með köldu vatni, síðan heitu vatni og tæmdu aftur. Bætið við 15ml/1 msk af olíu, látið kólna og kælið. Hitið olíuna sem eftir er þar til hún er næstum rjúkandi. Bætið núðlunum út í og hrærið varlega þar til þær eru húðaðar með olíu. Lækkið hitann og haltu áfram að hræra í nokkrar mínútur þar til núðlurnar eru gullnar að utan en mjúkar að innan.

steiktar núðlur

fyrir 4 manns

450 g / 1 pund eggjanúðlur

5 ml / 1 teskeið af salti

30 ml / 2 matskeiðar hnetuolía

3 vorlaukar (skál), skornir í strimla

1 pressaður hvítlauksgeiri

2 sneiðar af engiferrót, saxaðar

100 g/4 oz magurt svínakjöt, skorið í strimla

100 g skinka, skorin í strimla

100 g / 4 oz af skrældar rækjur

450 ml / ¬æpt / 2 bollar kjúklingakraftur

30 ml / 2 msk sojasósa

Sjóðið pönnu með vatni, saltið og bætið pastanu út í. Látið suðuna koma upp aftur og látið malla í um það bil 5 mínútur, hellið síðan af og skolið með köldu vatni.

Hitið olíuna á meðan og steikið laukinn, hvítlaukinn og engiferið þar til það er léttbrúnað. Bætið svínakjötinu út í og steikið þar til það er ljóst á litinn. Bætið skinku og rækjum út í og bætið soðinu, sojasósunni og pastanu saman við. Látið suðu koma upp, setjið lok á og eldið í 10 mínútur.

kaldar núðlur

fyrir 4 manns

450 g / 1 pund eggjanúðlur

5 ml / 1 teskeið af salti

15 ml / 1 matskeið hnetuolía

225 g / 8 oz baunaspírur

225 g / 8 oz steikt svínakjöt, rifið

1 agúrka skorin í strimla

12 radísur, skornar í strimla

Sjóðið pönnu með vatni, saltið og bætið pastanu út í. Látið suðuna koma upp aftur og látið malla í um 10 mínútur þar til það er mjúkt en samt stíft. Tæmdu vel, skolaðu með köldu vatni og tæmdu aftur. Hellið olíu yfir og setjið á framreiðsludisk. Raðið öðru hráefninu á litla diska utan um núðlurnar. Gestir bjóða upp á úrval hráefna í litlum skálum.

núðlukörfur

fyrir 4 manns

225 g/8 oz þunnar eggjanúðlur

salt

steikingarolíu

Sjóðið pastað í sjóðandi söltu vatni samkvæmt leiðbeiningum á umbúðum. Þurrkaðu vel. Setjið nokkur lög af eldhúspappír á ofnplötu, dreifið núðlunum yfir og látið þorna í nokkrar klukkustundir. Penslið miðlungs sigti að innan með smá olíu. Dreifið jöfnu lagi af núðlum um 1 cm/¬Ω þykkt í sigtið. Penslið utan á minna sigti með olíu og þrýstið létt ofan í það stærra. Hitið olíuna, setjið síurnar tvær í olíuna og steikið í um það bil 1 mínútu þar til núðlurnar eru orðnar gullinbrúnar. Fjarlægðu síurnar varlega, renndu með hníf í kringum brúnirnar á núðlunum ef þörf krefur til að losa þær.

makkarónupönnukaka

fyrir 4 manns

225 g / 8 oz af eggjanúðlum

5 ml / 1 teskeið af salti

75 ml / 5 matskeiðar af hnetu (hnetu) olíu

Sjóðið pönnu með vatni, saltið og bætið pastanu út í. Látið suðuna koma upp aftur og látið malla í um 10 mínútur þar til það er mjúkt en samt stíft. Tæmdu vel, skolaðu með köldu vatni, tæmdu og skolaðu síðan með heitu vatni. Blandið saman við 15 ml / 1 msk af olíu. Hitið olíuna sem eftir er. Bætið núðlunum á pönnuna til að gera þykka pönnuköku. Steikið þar til það er léttbrúnað á botninum, snúið síðan við og steikið þar til það er orðið léttbrúnað en mjúkt í miðjunni.

CPSIA information can be obtained
at www.ICGtesting.com
Printed in the USA
BVHW031220110822
644347BV00012B/770